ഗ്രീൻ ബുക്സ്

ദ്രൗപദി മുർമു

പ്രേമജ ഹരീന്ദ്രൻ

കണ്ണൂർ സ്വദേശി.
കൃതികൾ: ആകാശം ഉറങ്ങുകയാണ്, വഴിവിളക്കുകൾ,
എന്റെ ദോശ നല്ല ദോശ, ഭൂമിയിലെ നക്ഷത്രങ്ങൾ,
ഒരു നുണക്കഥ, ലെച്ചുവിന്റെ കുഞ്ഞുടുപ്പ്, അംബേദ്കറുടെ
ജീവചരിത്രം കുട്ടികൾക്ക്, മകൾ. ബാപ്പുജിയോടൊപ്പം
എന്ന കൃതി ഗ്രീൻ ബുക്സ് പ്രസിദ്ധീകരിച്ചിട്ടുണ്ട്.
പുരസ്കാരങ്ങൾ: പി.ടി ഭാസ്കരപ്പണിക്കർ
ബാലസാഹിത്യപുരസ്കാരം, കേരള ബാലസാഹിത്യ
അക്കാദമി പുരസ്കാരം (ഭൂമിയിലെ നക്ഷത്രങ്ങൾ),
ടി.എം.കെ. വിഷ്ണു നമ്പീശൻ സ്മാരക സംസ്ഥാന
അധ്യാപകകഥാപുരസ്കാരം (മകൾ).
സംസ്ഥാന പൊതുവിദ്യാഭ്യാസവകുപ്പിന്റെ
കവിതാപുരസ്കാരം, വിദ്യാരംഗം തിരക്കഥാപുരസ്കാരം,
എസ്.കെ. ജന്മശതാബ്ദി സാഹിത്യരചനാപുരസ്കാരം
കണ്ണൂർ വിഷന്റെ വനിതാശ്രീപുരസ്കാരം.
ഇന്നവേറ്റീവ് ടീച്ചർ അവാർഡ് ജേതാവാണ്.
കണ്ണൂരിലെ ആനയിടുക്ക് ഗവ. എൽ.പി
സ്കൂൾ പ്രഥമാധ്യാപിക. ആനുകാലികങ്ങളിൽ
കുട്ടികൾക്കും മുതിർന്നവർക്കുമായി കഥകളും കവിതകളും
എഴുതിവരുന്നു. പ്രഭാഷണരംഗത്തും സജീവമാണ്.
Email: premajahareendran@gmail.com

ജീവചരിത്രം

ദ്രൗപദി മുർമു

കനൽവഴി താണ്ടി പ്രഥമപദത്തിലേക്ക്

പ്രേമജ ഹരീന്ദ്രൻ

ഗ്രീൻബുക്സ്

green books private limited
gb building, civil lane road, ayyanthole,
thrissur- 680 003, kerala, ph: +91 487-2381066, 2381039
website: www.greenbooksindia.com
e-mail: info@greenbooksindia.com

branches:
thrissur 0487-2422515
thiruvananthapuram 0471-2335301
calicut 0495 4854662

malayalam
droupadi murmu
biography
by
premaja hareendran

published march 2023

printed in india
techno bind

isbn : 978-93-95878-65-4

₹ 140.00
GBPL/1286/2023

മുഖക്കുറി

ഭാരതത്തിന്റെ പതിനഞ്ചാമത്തെ രാഷ്ട്രപതിയായി കഴിഞ്ഞ വർഷം സ്ഥാനമേറ്റ ദ്രൗപദി മുർമുവിനെക്കുറിച്ച് മലയാളത്തിൽ ആധികാരികമായ പുസ്തകങ്ങളൊന്നും ഇല്ല എന്ന ഒരു അധ്യാപകസുഹൃത്തിന്റെ നിരീക്ഷണമാണ് ഈ പ്രസിദ്ധീകരണത്തിലേക്ക് ഞങ്ങളെ നയിച്ചത്. സന്താൾ ഗോത്ര വിഭാഗത്തിൽ, ദാരിദ്ര്യം നിറഞ്ഞ ചുറ്റുപാടുകളിൽ ജനിച്ച ഒരാദിവാസിപ്പെൺകുട്ടി, അറുപത്തിനാലാംവയസ്സിൽ ഭാരതത്തിന്റെ ഏറ്റവും പ്രായം കുറഞ്ഞ രാഷ്ട്രപതിയായി സ്ഥാനമേറ്റെടുക്കുമ്പോൾ, കടന്നുപോയ ദിനങ്ങൾ കനൽവഴികളായിരുന്നു. ആദിവാസി ഗ്രാമത്തിലെ മുതിർന്നവർകൂടി ആ ചുറ്റുവട്ടം വിട്ട് പുറത്തുകടക്കാൻ ധൈര്യപ്പെടാത്ത ഒരു കാലത്ത് ദ്രൗപദി എന്ന മിടുക്കിയായ പെൺകുട്ടി അദൃശ്യ ബന്ധനങ്ങളെയെല്ലാം ഭേദിച്ച് നഗരത്തിലെത്തി വിദ്യാഭ്യാസം നേടുന്നു. ജാതിവ്യവസ്ഥിതികളും സ്ത്രീ-പുരുഷ അസമത്വവും നിലനിന്നിരുന്ന ആ കാലഘട്ടത്തിൽ ഒരാദിവാസിപ്പെൺകുട്ടിക്ക് നേരിടേണ്ടിവന്ന പ്രതിസന്ധികളിലൂടെയെല്ലാം നടന്നുകയറിയ ദ്രൗപദിയുടെ യാത്ര, ജീവിത യാഥാർത്ഥ്യങ്ങൾക്കു മുമ്പിൽ പകച്ചുനിൽക്കുന്ന ഇന്നത്തെ യുവതയ്ക്ക് ഉത്തേജനമാണ്. മഹത്തായ ഈ ജീവിതകഥ അത്യന്തം രസകരമായി അവതരിപ്പിക്കുന്നതോടൊപ്പം ഇന്ത്യൻ റിപ്പബ്ലിക്കിന്റെ രാഷ്ട്രപതിപദത്തെക്കുറിച്ചുള്ള സമഗ്രവിവരണങ്ങളുമാണ് പ്രേമജ ഹരീന്ദ്രൻ ഈ പുസ്തകത്തിലൂടെ പകർന്നു നൽകുന്നത്. കേരളത്തിലെ വിദ്യാർത്ഥിസമൂഹത്തിനും എല്ലാ അക്ഷരസ്നേഹികൾക്കുമായി 'ദ്രൗപദി മുർമു - കനൽവഴി താണ്ടി പ്രഥമപദത്തിലേക്ക്' എന്ന ഈ രചന അഭിമാനത്തോടെ ഗ്രീൻ ബുക്സ് സമർപ്പിക്കുന്നു.

എഡിറ്റർ

ആമുഖം

ഒഡിഷയിലെ ഒരു സാധാരണ ആദിവാസി ഗ്രാമീണന്റെ മകളായ ദ്രൗപദി മുർമു ഭാരതത്തിന്റെ രാഷ്ട്രപതിപദത്തിലെത്തിയിരിക്കുന്നു. നൂറ്റാണ്ടുകളായി സമൂഹത്തിന്റെ ഓരം പറ്റിക്കഴിഞ്ഞിരുന്ന, അവഗണന മാത്രം അനുഭവിച്ചു വന്നിരുന്ന ആദിവാസി ജനവിഭാഗത്തിലൊരാൾ. ദ്രൗപദി മുർമു ഇനി ഒരു പേരല്ല; ഇന്ത്യൻ ജനാധിപത്യത്തിന്റെ ശക്തി വെളിവാക്കുന്ന ഒരു പ്രതീകമാണ്. പാവപ്പെട്ടവർക്കും സ്വപ്നം കാണാൻ കഴിയുമെന്നും അത് നടപ്പിലാക്കാൻ കഴിയുമെന്നും ദ്രൗപദി മുർമു നമ്മോട് പറയുന്നു. സഹനത്തിന്റെ കഥയല്ല മറിച്ച്, സമരങ്ങളുടെയും ത്യാഗത്തിന്റെയും സമർപ്പണത്തിന്റെയും അതിജീവനത്തിന്റെയും കഥയാണ് ദ്രൗപദി മുർമുവിന്റെ ജീവിതം. പ്രാഥമിക വിദ്യാഭ്യാസംപോലും നേടാനുള്ള അവസരമില്ലാതിരുന്നിട്ടും എല്ലാ തടസ്സങ്ങളെയും തട്ടിമാറ്റി, ദുരന്തങ്ങളിൽ തളർന്നു പോകാതെ, മുന്നോട്ട് കുതിച്ച് ജീവിതം മറ്റുള്ളവർക്ക് മാതൃകയാക്കി മാറ്റിയ ദ്രൗപദി മുർമുവിന്റെ ജീവിതകഥ, സ്വന്തമായി ഒരു വിജയഗാഥ നെയ്തെടുക്കാൻ കഠിനാധ്വാനം ചെയ്യുന്ന എല്ലാവർക്കും പ്രചോദനം നൽകുന്ന ഒന്നാണ്. കാത്തിരുന്നാൽ ഏത് കൂരിരുട്ടിലും ഒരുതരി വെട്ടം കണ്ടെത്താൻ കഴിയും എന്ന പ്രതീക്ഷ പകരുന്ന പ്രചോദനാത്മകമായ ദ്രൗപദി മുർമുവിന്റെ ജീവിതകഥ എഴുതാൻ കഴിഞ്ഞതിലുള്ള സന്തോഷത്തോടെ ഈ പുസ്തകം വായനയെ സ്നേഹിക്കുന്ന എല്ലാവർക്കുമായി സമർപ്പിക്കുന്നു.

പ്രേമജ ഹരീന്ദ്രൻ

ഉള്ളടക്കം

അനുബന്ധം

ചരിത്രമുഹൂർത്തം

2022 ജൂലൈ 25

സമയം ഒൻപതു മണിയോടടുക്കുന്നു. ഡൽഹിയിലെ ഉമാശങ്കർ ദീക്ഷിത് മാർഗിലെ പ്രൗഢഗംഭീരമായ ഒരു വസതിക്കു മുന്നിൽ വലിയ ആൾക്കൂട്ടം ആർപ്പുവിളികളും ആട്ടവും പാട്ടുമായി കൂടിയിരിക്കുകയാണ്. ഡൽഹിയിലെ മിക്ക ഓഫീസുകൾക്കും ഇന്ന് അവധിയാണ്. ഇന്ത്യയുടെ ചരിത്രത്തിലെ തന്നെ വിശേഷപ്പെട്ട ഒരു മുഹൂർത്തത്തിനായി കണ്ണ് ചിമ്മാതെ ആകാംക്ഷയോടെ ഒരു വലിയ ജനത മുഴുവൻ കാത്തിരിക്കുകയാണ്.

ഉമാശങ്കർ ദീക്ഷിത് മാർഗിലെ വസതിക്കു മുന്നിൽ തയ്യാറാക്കിയ വലിയ പന്തലിൽ ഒഡിഷയിൽ നിന്നെത്തിയ ഒരു കൂട്ടം കലാകാരന്മാർ അവരുടെ തനതായ കലാരൂപങ്ങൾ അവതരിപ്പിച്ചുകൊണ്ട് ആഘോഷിക്കുകയാണ്. ഒഡിഷയിലെ ഗ്രാമത്തിൽ നിന്നെത്തിയ അനേകം പേർ താൽക്കാലികമായി കെട്ടിയുണ്ടാക്കിയ ആ പന്തലിൽ വിശ്രമിക്കുകയാണ്. ആഹ്ലാദനിമിഷം പങ്കിട്ടുകൊണ്ട് അവർ കൂടിച്ചേർന്നുനിന്ന് ഫോട്ടോ എടുക്കുകയും സന്തോഷവർത്തമാനങ്ങൾ പങ്കിടുകയുമാണ്. രണ്ടുദിവസമായി ആ പന്തലിൽ തിരക്കൊഴിഞ്ഞിട്ടില്ല.

മണി ഒൻപതായിക്കഴിഞ്ഞു. മനോഹരമായ ആ വസതിയിൽ നിന്നും ഒരു വനിത ഒരു കൂട്ടം ആളുകളുടെ കൂടെ പുറത്തേക്കു

വന്നു. രാഷ്ട്രപതിഭവനിലെത്തിയ ആ വനിതയെ കാവേരി മീറ്റിംഗ് റൂമിൽ ഭാരതത്തിന്റെ രാഷ്ട്രപതി രാംനാഥ് കോവിന്ദ് ഹാർദമായി സ്വീകരിച്ചു. അവർ രണ്ടുപേരും ചേർന്ന് രാഷ്ട്രപതിഭവന്റെ അങ്കണത്തിലേക്കു തിരിച്ചു. വഴിക്കുവെച്ച് രാഷ്ട്രപതിയുടെ അംഗരക്ഷകർ അവരെ സല്യൂട്ട് ചെയ്തു. രാഷ്ട്രപതി രാംനാഥ് കോവിന്ദ് സല്യൂട്ട് സ്വീകരിച്ചു. തുടർന്ന് അവർ രണ്ടുപേരും കൂടി രാജകീയ പ്രൗഢിയോടുകൂടി പാർലമെന്റ് സെന്റർ ഹാളിലേക്ക് നീങ്ങി. പ്രസിഡണ്ട് ബോഡിഗാർഡിന്റെ അകമ്പടിയോടുകൂടി പാർലമെന്റു മന്ദിരത്തിന്റെ അഞ്ചാം നമ്പർ ഗേറ്റു കടന്ന് ഒൻപതാം നമ്പർ കവാടത്തിലേക്കു കടന്നു. അവിടെനിന്ന് പാർലമെന്റ് സെന്റർ ഹാളിലേക്ക് കടന്ന ഇരുവരെയും ഉപരാഷ്ട്രപതിയും പ്രധാനമന്ത്രിയും സുപ്രീംകോടതി ചീഫ് ജസ്റ്റിസും ചേർന്ന് സ്വീകരിച്ചു. രാംനാഥ് കോവിന്ദിന്റെ കൂടെ വന്ന വനിത ഏറെ ആദരവോടും സന്തോഷത്തോടുംകൂടി എല്ലാവരെയും നോക്കി പുഞ്ചിരിച്ചു.

സുപ്രീംകോടതി ചീഫ് ജസ്റ്റിസ് എൻ.വി രമണ ചൊല്ലിക്കൊടുത്ത സത്യപ്രതിജ്ഞ അഭിമാനം കലർന്ന സ്വരത്തോടെ ആ വനിത ഏറ്റു ചൊല്ലി. ഞാൻ ദ്രൗപദി മുർമു... അതെ! ഇന്ത്യയുടെ ചരിത്രത്തിലേക്ക് ദ്രൗപദി മുർമു എന്ന ആദിവാസി വനിത നടന്നു കയറുന്ന ചരിത്ര മുഹൂർത്തമാണത്.

സാമൂഹികവും ജാതീയവുമായ വേർതിരിവുകൾ ഈ ലോകത്ത് ഇല്ലാതാകണമെന്ന നമ്മുടെ സ്വപ്നം സത്യമാക്കാനുള്ള യാത്രയിലെ നാഴികക്കല്ലായി ദ്രൗപദി മുർമു എന്ന ഗോത്രവർഗക്കാരി രാഷ്ട്രപതി പദവിയിലെത്തുമ്പോൾ ചരിത്രം കൈകൂപ്പുകയാണ്. സ്വാതന്ത്ര്യത്തിന്റെ 75ാം വർഷത്തിന്റെ അമൃതമഹോത്സവവേളയിലാണ് ഈ ചരിത്രമുഹൂർത്തം വന്നെത്തുന്നത് എന്നതും ഏറെ ആഹ്ലാദിപ്പിക്കുന്നു.

ഇന്ത്യയുടെ രണ്ടാമത്തെ വനിതാരാഷ്ട്രപതി, ഒന്നാമത്തെ ഗോത്രവർഗ രാഷ്ട്രപതി, ഇന്ത്യാചരിത്രത്തിലെ ഏറ്റവും പ്രായം കുറഞ്ഞ രാഷ്ട്രപതി, ഇന്ത്യയ്ക്ക് സ്വാതന്ത്ര്യം ലഭിച്ചതിനുശേഷം ജനിച്ച ആദ്യ രാഷ്ട്രപതി എന്നിങ്ങനെ ഒരുപാടു വിശേഷണങ്ങൾ സ്വന്തമായുണ്ട് ദ്രൗപദി മുർമുവിന്. എന്നാൽ ചരിത്രത്തിന്റെ ഈ സുവർണ നിമിഷത്തിലെത്താനായി അവർ നടന്നുതീർത്ത വഴികൾ പൂ വിതറിയവയായിരുന്നില്ല. സഹനത്തിന്റെയും ത്യാഗത്തിന്റെയും നിശ്ചയദാർഢ്യത്തിന്റെയും കഠിനാധ്വാനത്തിന്റെയും ആകെത്തുകയാണ് ദ്രൗപദി മുർമുവിന്റെ ജീവിതം. കനൽവഴികളിലൂടെ നടന്ന് ഇന്ത്യാമഹാരാജ്യത്തിന്റെ പ്രഥമവനിത എന്ന മഹനീയസ്ഥാനത്തെത്തിച്ചേർന്ന ദ്രൗപദി മുർമുവിന്റെ പ്രചോദനാത്മകമായ ജീവിതകഥയാണ് അടുത്ത അധ്യായങ്ങളിലായി പറയുന്നത്.

കുട്ടിക്കാലം

ഒഡിഷയിലെ മയൂർഭഞ്ജിലെ ഉപർബേഡ ഗ്രാമത്തിൽ സന്താലി ഗോത്രത്തിൽ 1958 ജൂൺ 20ന് ദ്രൗപദി ജനിച്ചു. അവളുടെ അച്ഛൻ ബിരാഞ്ചി നാരായൺ ടുഡുവും മുത്തച്ഛനും ഗ്രാമമുഖ്യന്മാരായിരുന്നു. ഗ്രാമപഞ്ചായത്തിന്റെ തലവന്മാരായിരുന്നതിനാൽ ടുഡു കുടുംബത്തെ സർദാർ കുടുംബം എന്നും വിളിച്ചുവന്നു.

വൈദ്യുതി കടന്നുചെന്നിട്ടില്ലാത്ത, യാതൊരുവിധ ആധുനിക സൗകര്യങ്ങളുമില്ലാത്ത ഉപർബേഡ ഗ്രാമം വെറും സാധാരണ മനുഷ്യർ പ്രകൃതിയുമായി ഇണങ്ങി ജീവിച്ച ഒരു ഗ്രാമമായിരുന്നു. ദ്രൗപദിയുടെ വീട്ടുകാർ ഒട്ടും സമ്പന്നരായിരുന്നില്ല. ഗ്രാമത്തിലെ എല്ലാവരെയുംപോലെ ജീവിതത്തിന് അത്യാവശ്യമായ സാധനങ്ങൾ പോലും ലഭിക്കാതെ പലപ്പോഴും അവർ കഷ്ടപ്പെട്ടു. എങ്കിലും അവരെല്ലാം സംതൃപ്തരും സന്തുഷ്ടരുമായിരുന്നു. ഭാവിയിൽ സന്തോഷപൂർണമായ ദിവസങ്ങൾ ജീവിതത്തിലുണ്ടാവുമെന്ന് അവർ സ്വപ്നം കണ്ടു. കഠിനമായി അധ്വാനിച്ചു. സ്നേഹവും സഹകരണവും പരസ്പരവിശ്വാസവുമാണ് ജീവിതവിജയത്തിന്റെ താക്കോൽ എന്ന് ആ കുടുംബം ഉറച്ചുവിശ്വസിച്ചു.

നാരായൺ ടുഡുവിന്റെ രണ്ട് ആൺമക്കളെക്കാളും മൂത്ത പെൺകുട്ടിയായ ദ്രൗപദിക്ക് കുട്ടിയായിരിക്കുമ്പോൾ തന്നെ കാര്യശേഷിയും ഉത്തരവാദിത്തബോധവും കൂടുതലുണ്ടായിരുന്നു. വിദ്യാഭ്യാസത്തിന് ഏറെ പ്രാധാന്യം കൽപിച്ചിരുന്ന നാരായൺ ടുഡു ഗ്രാമത്തിലെ ആൺകുട്ടികളെപ്പോലെ ദ്രൗപദിയും പഠിച്ചുമിടുക്കിയാവണമെന്ന് ആഗ്രഹിച്ചു. 'പുതി' എന്നായിരുന്നു കുട്ടിക്കാലത്തെ ദ്രൗപദിയുടെ പേര്.

അച്ഛൻ നാരായൺ ടുഡുവിന്റെ കൈയും പിടിച്ച് ദ്രൗപദി ആദ്യമായി സ്കൂളിന്റെ പടി കയറിച്ചെന്നത് മനോഹരമായി പുഞ്ചിരിച്ചുകൊണ്ടായിരുന്നു എന്ന് ലോവർ പ്രൈമറിക്ലാസിലെ അധ്യാപകനായ വസന്തകുമാർ ജിംന്ന ഓർക്കുന്നു. നാരായൺടുഡു തന്റെ കുഞ്ഞുമകളെ അധ്യാപകന്റെ കൈയിൽ ഏൽപിച്ചശേഷം പറഞ്ഞു.

ദ്രൗപദി പഠിച്ച ഉപർബേഡയിലെ വിദ്യാലയം

''ഇത് എന്റെ മൂത്തമകൾ പുതിയാണ്. ഇവളെ ഞാൻ നിങ്ങളെ ഏൽപിക്കുകയാണ്. ഇവളെ എല്ലാ വിഷയങ്ങളും നന്നായി പഠിപ്പിക്കുക.''

ഉപർബേഡയിലെ നദി മഴക്കാലത്ത് നിറഞ്ഞുകവിഞ്ഞൊഴുകുമ്പോൾ നദിക്കക്കരെയുള്ള സ്കൂളിൽ പോകാൻ കഴിയാതെ പല ദിവസങ്ങളിലും കുഞ്ഞുപുതി സങ്കടപ്പെട്ടു. എന്നാൽ സ്കൂളിലെ പ്രാർത്ഥനാസംഘത്തിൽ അംഗമായിരുന്ന ആ പെൺകുട്ടി ഉറക്കെ പാടി. ''മനസ്സുണ്ടെങ്കിൽ മാർഗവുമുണ്ടാകും. ഒരു തടസ്സവും എനിക്ക് മുന്നിൽ തടസ്സമാകില്ല. എനിക്ക് ഹൃദയത്തിൽ ഉറച്ച വിശ്വാസമുണ്ട്; എല്ലാ തടസ്സങ്ങളെയും നമ്മൾ ഒരുദിവസം മറികടക്കും.''

പുതിയ പുസ്തകങ്ങൾ വാങ്ങാൻ പുതിയുടെ മാതാപിതാക്കൾക്ക് കഴിഞ്ഞിരുന്നില്ല. അതിനാൽ കഴിഞ്ഞ വർഷങ്ങളിൽ പഠിച്ചുപോയവർ ഉപയോഗിച്ച പേജുകൾ കീറിയ പുസ്തകങ്ങൾ ഒട്ടിച്ചുവെച്ചാണ് പുതി ഉപയോഗിച്ചത്. എന്നിട്ടും ക്ലാസിൽ അവൾ എന്നും ഒന്നാമതായിരുന്നു. പ്രൈമറി ക്ലാസുകളിൽ പഠനത്തിലെന്നപോലെ സ്പോർട്സിലും പുതി മിടുക്കിയായിരുന്നു. നാല് ആൺകുട്ടികളും എട്ട് പെൺകുട്ടികളും ഉള്ള ക്ലാസിൽ ഏറ്റവും നല്ല വിദ്യാർത്ഥിയായി, ക്ലാസ്‌ലീഡറായി പുതി തലയുയർത്തിനിന്നു. 55 വർഷങ്ങൾക്കു മുമ്പ് ഒരു പുരുഷാധിപത്യ സമൂഹത്തിൽ കുട്ടിയായിരിക്കുമ്പോൾതന്നെ തന്റെ കഴിവും സാമർത്ഥ്യവുംകൊണ്ട് പുതി എന്ന ദ്രൗപദി തന്റെ പേരെഴുതിച്ചേർത്തു. അച്ഛൻ കൈപിടിച്ചേൽപ്പിച്ച ആ കുഞ്ഞുപെൺകുട്ടി പിൽക്കാലത്ത് സ്കൂളിനു മാത്രമല്ല, രാജ്യത്തിനു മുഴുവൻ അഭിമാനമായി മാറി.

സ്വപ്നങ്ങൾക്കു ചിറക് മുളയ്ക്കുന്നു

ചക്രധർപൂരിൽ താമസിച്ചിരുന്ന മുത്തശ്ശിയോട് കുഞ്ഞുപുതിക്ക് വലിയ അടുപ്പമായിരുന്നു. കുഞ്ഞുപുതിയെ അത്ഭുതപ്പെടുത്തിക്കൊണ്ട് മുത്തശ്ശി തന്റെ സംസാരത്തിൽ ഹിന്ദിയും ഏതാനും ഇംഗ്ലീഷ് വാചകങ്ങളും ഉപയോഗിക്കുമായിരുന്നു. വിദ്യാഭ്യാസത്തിന്റെ പ്രാധാന്യം തനിക്ക് നന്നായി അറിയുമെന്നും താൻ നിരക്ഷരയല്ലെന്നും പേരക്കുട്ടികളെയും മറ്റുള്ളവരെയും മുത്തശ്ശി തന്റെ സംസാരത്തിലൂടെ എന്നും ബോധ്യപ്പെടുത്തിക്കൊണ്ടിരുന്നു. ജീവിതത്തിൽ മുന്നോട്ടു പോകണമെങ്കിൽ നന്നായി പഠിക്കേണ്ടത് അത്യാവശ്യമാണെന്ന് പുതിയെ മുത്തശ്ശി എപ്പോഴും ഓർമിപ്പിച്ചുകൊണ്ടിരുന്നു.

കുഞ്ഞുപുതി തന്റെ സ്കൂളിലെ വിശേഷങ്ങളും ക്ലാസിലെ പഠനകാര്യങ്ങളും മുത്തശ്ശിയോട് പറയുകയും തന്റെ സ്വപ്നങ്ങൾ പങ്കുവെക്കുകയും ചെയ്തു. നേരിന്റെയും ധർമത്തിന്റെയും കഥകൾ പറഞ്ഞുകൊടുത്ത് മുത്തശ്ശി കൊച്ചുമകളെ നിരന്തരം പ്രോത്സാഹിപ്പിക്കുകയും ചെയ്തു. പുതി ഒരു കാര്യവും പിന്നത്തേക്ക് മാറ്റിവെച്ചിരുന്നില്ല. അത്യധികമായ ഉത്സാഹവും കർമനൈപുണ്യവും കൊണ്ട് അവൾ എല്ലാവരെയും വിസ്മയിപ്പിച്ചു.

ഒരു ദിവസം പുതിയുടെ ക്ലാസിൽ ബോർഡു മായ്ക്കുന്നതിനുള്ള ഡസ്റ്ററില്ല എന്നത് അധ്യാപകൻ കുട്ടികളുടെ ശ്രദ്ധയിൽപ്പെടുത്തി. അന്നു വൈകുന്നേരം സ്കൂൾ വിട്ടു വന്നയുടനെ മകളെ ഭക്ഷണം കഴിക്കാൻ കാണാഞ്ഞ് അന്വേഷിച്ച മാതാപിതാക്കൾക്ക് കാണാൻ കഴിഞ്ഞത് പിറ്റേന്ന് ക്ലാസിൽ കൊണ്ടുപോകാനുള്ള ഡസ്റ്റർ ഉണ്ടാക്കുന്ന പുതിയെയാണ്. അടുത്ത വീടുകളിൽനിന്ന് ശേഖരിച്ച പഴകിയ തുണികൾ ഉപയോഗിച്ച് ഒരാഴ്ചകൊണ്ട് ഒരു ഡസൻ ഡസ്റ്ററുകൾ ഉണ്ടാക്കി സ്കൂളിൽ കൊണ്ടുപോയി പുതി എല്ലാവരെയും അത്ഭുതപ്പെടുത്തി.

ദ്രൗപദി മുർമു താമസിച്ചിരുന്ന വീട്

ഒരിക്കൽ സ്കൂൾ ഹെഡ്മാസ്റ്റർ പുതിയുടെ ക്ലാസിലെത്തി എല്ലാ കുട്ടികളോടും ഭാവിയിൽ നിങ്ങൾ ആരാകാൻ ആഗ്രഹിക്കുന്നുവെന്ന് ചോദിച്ചു. പല കുട്ടികളും പല ഉത്തരങ്ങളും നൽകി. 'എന്നാൽ ഞാൻ ജനങ്ങളെ സേവിക്കാൻ ആഗ്രഹിക്കുന്നു' എന്നാണ് കുഞ്ഞു പുതി പറഞ്ഞത്. ഹെഡ്മാസ്റ്റർ അവളുടെ ഉത്തരം കേട്ട് വിസ്മയിച്ചു പോയി. ഇക്കാര്യം പുതി തന്റെ അമ്മായിയായ സരസ്വതിയോട് പറഞ്ഞപ്പോൾ പഠിപ്പിലൂടെ മാത്രമേ നീ വിചാരിക്കുന്ന കാര്യങ്ങളൊക്കെ നിനക്ക് നേടാൻ കഴിയൂ എന്ന് അമ്മായിയും പുതിയെ ഉപദേശിച്ചു.

സ്കൂളിൽ പുതി ടുഡു എന്നായിരുന്നു ദ്രൗപദിയുടെ പേര്. അത് അവളുടെ മുത്തശ്ശിയുടെ പേരായിരുന്നു. സന്താൾ സമൂഹത്തിൽ ഒരിക്കലും പേരുകൾ മരിക്കുന്നില്ല. പെൺകുഞ്ഞ് പിറന്നാൽ മുത്തശ്ശിയുടെ പേരും ആൺകുഞ്ഞ് പിറന്നാൽ മുത്തശ്ശന്റെ പേരും നൽകുന്നു. ഇത് പരമ്പരയായി തുടർന്നുവരുന്നു.

1960കളിൽ, ആദിവാസികൾ കൂടുതലുള്ള മയൂർഭഞ്ജിലെ സ്കൂളുകളിൽ പഠിപ്പിക്കാനായി മറ്റു ജില്ലകളിൽ നിന്നാണ് അധ്യാപകർ എത്തിക്കൊണ്ടിരുന്നത്. അങ്ങനെ എത്തിയ ഒരധ്യാപകന് പുതിയുടെ പേര് ഇഷ്ടമായില്ല. ക്ലാസിൽ ഒന്നിലധികം പുതിമാർ ഉണ്ടായിരുന്നുതാനും. ''ഇത്ര മിടുക്കിയായ നിനക്ക് പുതി എന്ന പേര്

ഒട്ടും യോജിക്കുന്നില്ല. കുറച്ചുകൂടി നല്ല പേരാണ് നിനക്ക് വേണ്ടത്.'' അദ്ദേഹം പറഞ്ഞു.

''ഇനി മുതൽ നിന്റെ പേര് ദ്രൗപദി എന്നായാലോ?''

ദുർപതി, ദോർപ്ടി എന്നൊക്കെ പല പേരുകളിൽ അദ്ദേഹം പുതിയെ വിളിച്ചെങ്കിലും ഒടുവിൽ പറഞ്ഞു.

''നീ ദ്രൗപദിയാണ്. ആ പേരു മതി. അതുതന്നെയാണ് നിനക്ക് യോജിച്ച പേര്.''

അങ്ങനെ കുഞ്ഞുപുതി ദ്രൗപദി ടുഡു എന്നപേരിൽ സ്കൂളിൽ അറിയപ്പെടാൻ തുടങ്ങി.

ഒന്നു മുതൽ ഏഴുവരെ ദ്രൗപദി ഗ്രാമത്തിലെ സ്കൂളിൽ പഠിച്ചു. അതിനപ്പുറം പഠിക്കാൻ അടുത്തെങ്ങും സ്കൂളുണ്ടായിരുന്നില്ല. തുടർന്നു പഠിക്കുന്നതിനെക്കുറിച്ച് ദ്രൗപദി അച്ഛനോടു നിരന്തരം പറഞ്ഞുകൊണ്ടിരുന്നു. എന്നാൽ സാധാരണക്കാരായ അച്ഛനമ്മമാർക്ക് അതിനായി എന്താണ് ചെയ്യേണ്ടത് എന്നതിനെപ്പറ്റി ധാരണയുണ്ടായിരുന്നില്ല. പക്ഷേ ഗ്രാമത്തിനു പുറത്ത് എവിടെ പ്രവേശനം ലഭിച്ചാലും മിടുക്കിയായ മകളെ അവിടെ അയച്ചു പഠിപ്പിക്കാൻ അവർ തയ്യാറായിരുന്നു.

ഉയർന്നു പഠിക്കണമെന്നും കുടുംബത്തിനായി എന്തെങ്കിലും സാമ്പത്തികസഹായം ചെയ്യണമെന്നും ദ്രൗപദി ആഗ്രഹിച്ചു. അതിനെപ്പറ്റിയുള്ള ചർച്ചകൾ വീട്ടിൽ നടന്നുകൊണ്ടിരിക്കെ ഒഡിഷമന്ത്രിയായ കാർത്തിക് മാജി റായ്രംഗ്പൂരിൽ ഒരു പരിപാടിക്കു വരുന്നതായി നാരായൺ ടുഡു അറിഞ്ഞു. ആ സാധു ഗ്രാമീണൻ അത് മകളെ അറിയിച്ചു. അവിടെ പോയി മന്ത്രിയെ കണ്ടു സംസാരിക്കാമെന്ന് ദ്രൗപദി അച്ഛനോടു പറഞ്ഞു. എന്നാൽ ഒരു ഗോത്രവർഗക്കാരൻ എന്ന രീതിയിൽ ഉയർന്ന ഉദ്യോഗസ്ഥരോട് സംസാരിക്കാനോ അവരുടെ മുന്നിൽ നിൽക്കാനോ പോലും നാരായൺ ടുഡുവിന് ഭയമായിരുന്നു. മന്ത്രിയെക്കാണുന്നതോ പൊലീസ് സ്റ്റേഷനിലോ കോടതിയിലോ പോകുന്നതിനെയോ കുറിച്ചൊക്കെ ഒരു വിറയലോടുകൂടി മാത്രമേ അദ്ദേഹത്തിന് ചിന്തിക്കാൻപോലും കഴിയുമായിരുന്നുള്ളൂ.

റായ്രംഗ്പൂരിൽ പോയി ദ്രൗപദി തനിച്ചു മന്ത്രിയോട് സംസാരിക്കണമെന്നാണ് അച്ഛൻ ആവശ്യപ്പെട്ടത്. ബഹുമിടുക്കിയായ തന്റെ മകൾക്ക് അവൾക്കുവേണ്ട കാര്യങ്ങൾ ആരുടെ മുന്നിലും ശരിയായി അവതരിപ്പിക്കാൻ കഴിയുമെന്ന് ആ അച്ഛന് നല്ല ഉറപ്പുണ്ടായിരുന്നു. തന്റെ റിപ്പോർട്ട് കാർഡും മറ്റു പ്രധാന രേഖകളുമായി ദ്രൗപദി

ഒറ്റയ്ക്കുതന്നെ മന്ത്രിയെ കാണാനായി ചെന്നു. ഐ.പി.എസുകാരും മറ്റനവധി ഉയർന്ന ഉദ്യോഗസ്ഥരുമുള്ള മുറിയിൽ മന്ത്രിയെ കാണുവാൻ ചെന്ന അവൾ സധൈര്യം തന്റെ ആഗ്രഹം പറഞ്ഞു. ആ കൊച്ചുപെൺകുട്ടിയുടെ വിദ്യാഭ്യാസം നേടാനുള്ള ഉത്സാഹവും അവളുടെ ദൃഢനിശ്ചയവും കണ്ട് അവിടെയുള്ള എല്ലാ ഉദ്യോഗസ്ഥരും ആശ്ചര്യഭരിതരായി. അവൾ തന്റെ സർട്ടിഫിക്കറ്റുകൾ മന്ത്രിക്ക് കൈമാറി. മന്ത്രി ഇടപെട്ടതിനാൽ സംസ്ഥാനതലസ്ഥാനത്തുള്ള ഒരു സ്കൂളിൽ അവൾക്ക് പ്രവേശനം ലഭിച്ചു. സൗജന്യ ഹോസ്റ്റൽ സൗകര്യവും അവിടെ ദ്രൗപദിക്ക് കിട്ടി. അങ്ങനെ ഹൈസ്കൂൾ മുതൽ ബിരുദതലംവരെ അധികം ബുദ്ധിമുട്ടാതെ നഗരത്തിൽ പഠിക്കാൻ അവൾക്ക് സാധിച്ചു. എന്നാൽ ഗ്രാമത്തിൽതന്നെ തുടർന്ന, ദ്രൗപദിയുടെ സഹോദരന്മാർക്ക് വലിയ സ്വപ്നങ്ങൾ ഒന്നുംതന്നെ ഉണ്ടായിരുന്നില്ല. അതിനാൽതന്നെ പ്രാഥമിക വിദ്യാഭ്യാസത്തിനപ്പുറം അവർക്ക് പോകാൻ കഴിഞ്ഞില്ല.

ഉയരങ്ങളിലേക്ക്

തന്റെ ഗ്രാമത്തിൽ കിട്ടിയിരുന്ന സൗകര്യങ്ങളിൽ ദ്രൗപദി തൃപ്ത യായിരുന്നില്ല. ഉയരങ്ങൾ കീഴടക്കാനുള്ള അഭിനിവേശം അവളിൽ നിറഞ്ഞിരുന്നു. തുടർന്ന് പഠിപ്പിക്കാൻ ദരിദ്രമായ തന്റെ കുടുംബ ത്തിന് യാതൊരു വഴികളുമില്ലാതിരുന്നിട്ടും അവൾ ഭുവനേശ്വറി ലെത്തി പഠിച്ചു. തന്റെ പ്രദേശത്തെ മറ്റ് ആൺകുട്ടികൾക്കും പെൺ കുട്ടികൾക്കും മാതൃക കാണിച്ചുകൊടുത്തു. മനസ്സുള്ളിടത്ത് മാർഗവും ഉണ്ടാവുമെന്ന് അവൾ പ്രവർത്തിച്ചു കാണിച്ചു. തന്റെ ഗ്രാമത്തിൽ നിന്ന് പുറത്തുപോയി പഠിക്കുന്ന ആദ്യപെൺകുട്ടിയായി ദ്രൗപദി മാറി.

ഒരു പെൺകുട്ടി നഗരത്തിൽപോയി വിദ്യാഭ്യാസം നേടുന്നതു കണ്ട് ചില ആൺകുട്ടികളും പ്രചോദനം ഉൾക്കൊണ്ട് പഠിക്കാനാ രംഭിച്ചു. ഈ രീതിയിൽ ചെറുപ്പം മുതൽതന്നെ ദ്രൗപദി തന്റെ ജീവി തത്തെ മറ്റുള്ളവർക്ക് അനുകരിക്കാനും മാതൃകയാക്കാനും പറ്റുന്ന രീതിയിൽ തുറന്ന പുസ്തകമാക്കി മാറ്റി. ചെറുപ്പക്കാരായ ആൺകുട്ടി കളെയും പെൺകുട്ടികളെയും ഗ്രാമത്തിനു പുറത്തുപോയി പഠിക്കു ന്നതിന് തടയിടുന്ന ഒരുപാട് ആചാരങ്ങൾ സന്താൾ സമൂഹത്തി ലുണ്ടായിരുന്നു. എന്നാൽ തന്റെ ഗ്രാമത്തിനു പുറത്തുള്ള ലോകം കാണേണ്ടതിന്റെ ആവശ്യകതയെക്കുറിച്ചും വിദ്യാഭ്യാസത്തിന്റെ പ്രാധാന്യത്തെക്കുറിച്ചും ദ്രൗപദി നിരന്തരം സംസാരിച്ചുകൊണ്ടിരുന്നു. അതിനുശേഷം ഗ്രാമത്തിൽനിന്ന് പുറത്തുപോകാനും മത്സരലോക ത്തേക്ക് ചുവട് വെക്കാനും കൂടുതൽ വിദ്യാർത്ഥികൾ ധൈര്യം കാണിച്ചു. അവർക്ക് വഴികാട്ടിയായി ദ്രൗപദി എന്നും കൂടെത്തന്നെ ഉണ്ടായിരുന്നു.

1970 ജൂലൈയിൽ ദ്രൗപദി തന്റെ ഗ്രാമത്തിൽ നിന്നും 280 കി. മീറ്റർ അകലെയുള്ള സംസ്ഥാന തലസ്ഥാനമായ ഭുവനേശ്വറിലെ ഒരു ഗേൾസ് ഹൈസ്കൂളിൽ ചേർന്ന് പഠനമാരംഭിച്ചു. കുന്തളകുമാരി സബത്ത് ഹോസ്റ്റലിലായിരുന്നു താമസം. തുടർന്നുള്ള വർഷങ്ങളിൽ

കോളേജ് വിദ്യാഭ്യാസ കാലഘട്ടത്തിലെ ദ്രൗപദി മുർമു (വൃത്തത്തിനുള്ളിൽ)

അവൾ ഭുവനേശ്വറിൽ താമസിച്ച് സ്കൂൾ വിദ്യാഭ്യാസം തുടർന്നു കൊണ്ടിരുന്നു. 1974-ൽ യൂനിറ്റ് II ഗേൾസ് ഹൈസ്കൂളിൽനിന്ന് മെട്രിക്കുലേഷൻ പാസ്സായി. സ്കൂളിലെ എല്ലാ പ്രസംഗമത്സരങ്ങളിലും മറ്റ് പരിപാടികളിലും ഉത്സാഹത്തോടെ അവൾ പങ്കെടുത്തിരുന്നു. മൂന്ന് വർഷം അവിടെ പഠിച്ച ആ വിദ്യാർത്ഥിനി വളരെ സൗഹാർദ്ദ പൂർവ്വം പെരുമാറിയിരുന്നതായും എല്ലാ അധ്യാപകരുമായും വിദ്യാർത്ഥി കളുമായും നല്ല ബന്ധം പുലർത്തി ഒരു മാതൃകാവിദ്യാർത്ഥിയായി പേരെടുത്തതായും അധ്യാപകർ ഓർക്കുന്നു. സ്കൂൾ വിദ്യാഭ്യാസം പൂർത്തിയാക്കിയതിനുശേഷം ദ്രൗപദി 1974-ൽ രമാദേവി വിമൻസ് കോളേജിൽ ചേർന്നു. സോഷ്യോളജിയും പൊളിറ്റിക്കൽ സയൻസും എടുത്ത് പഠിച്ചു.

ആദിവാസികളെ സഹായിക്കാനും പ്രചോദിപ്പിക്കാനുമൊക്കെ പ്രവർത്തിക്കുന്ന വിവിധ സാമൂഹ്യസംഘടനകളും സാമൂഹ്യപ്രവർ ത്തകരും ഈ കാലഘട്ടത്തിലുണ്ടായിരുന്നു. ഇതിൽ ചിലർ ആത്മാർ ത്ഥമായി സഹായിക്കാറുമുണ്ടായിരുന്നു. എന്നാൽ ജീവകാരുണ്യവും നന്മയും മാത്രം ലക്ഷ്യംവെക്കുന്ന സ്ഥാപനങ്ങൾ അപ്പോഴും ചുരുക്ക മായിരുന്നു. തന്റെ ഗ്രാമത്തിലെ സാഹചര്യവും ഗ്രാമവാസികൾ അനുഭവിക്കുന്ന അനീതികളും യാതനകളും ദ്രൗപദിയുടെ മനസ്സിനെ വല്ലാതെ മുറിപ്പെടുത്തി. അവളുടെ ഗ്രാമത്തെ മാറ്റിയെടുക്കണമെന്ന അദമ്യമായ ആഗ്രഹം കോളേജ് കാലഘട്ടം മുതൽ ദ്രൗപദിയിൽ വളർന്നുവന്നു.

ജോലിയും വിവാഹവും

1979ൽ ദ്രൗപദി രമാദേവി കോളേജിൽനിന്നും ബിരുദം നേടി. പഠനത്തിൽ അവർ അവിടെയും മിടുക്കിയായിരുന്നു. കോളേജിലെ മത്സരങ്ങളിലൊക്കെ പങ്കെടുക്കുകയും ഒരു നാടകത്തിൽ മുഖ്യകഥാപാത്രമായി അഭിനയിക്കുകയും ചെയ്ത ദ്രൗപദിയെ സന്താലി സാഹിത്യകാരിയും കോളേജിൽ ദ്രൗപദിയുടെ ജൂനിയറുമായ പത്മശ്രീ ദമയന്തി ബെസ്ര ഓർത്തെടുക്കുന്നു. സ്വന്തം കാലിൽ നിൽക്കാൻ പഠിക്കുകയും പിന്നീട് എന്തെങ്കിലും ജോലി നേടുകയും ചെയ്യുക എന്നതായിരുന്നു ആ സമയത്ത് ദ്രൗപദിയുടെ ലക്ഷ്യം എന്ന് അവർ പറയുന്നു. ജീവിതത്തിലെ സുഖസൗകര്യങ്ങളൊന്നും ഒരിക്കലും ലഭിക്കാതിരുന്ന ദരിദ്രരായ മാതാപിതാക്കളെയും സ്വന്തം കുടുംബത്തെയും സഹായിക്കുക എന്നതിൽക്കവിഞ്ഞ് വലിയ സ്വപ്നങ്ങളോ ആഗ്രഹങ്ങളോ ഒന്നുംതന്നെ കോളേജ് പഠനകാലത്ത് ദ്രൗപദിക്കില്ലായിരുന്നു.

1979ൽ ഒഡിഷ സെക്രട്ടറിയേറ്റിൽ ജൂനിയർ അസിസ്റ്റന്റായി ദ്രൗപദിക്ക് ആദ്യ ജോലി ലഭിച്ചു. കോളേജ് പഠനകാലത്ത് പരിചയപ്പെട്ട ശ്യാംചരൺ മുർമുവുമായി ദ്രൗപദി പ്രണയത്തിലായിരുന്നു. പഠനം കഴിഞ്ഞ് ജോലി നേടി സ്വന്തം കാലിൽ നിൽക്കാറായപ്പോൾ ശ്യാംചരൺ മുർമു കുടുംബത്തോടൊപ്പം വിവാഹാലോചനയുമായി ദ്രൗപദിയുടെ വീട്ടിലെത്തി. ദ്രൗപദിയുടെ പിതാവിന് ആദ്യം ഈ ബന്ധം അത്ര ഇഷ്ടമായില്ല. എന്നാൽ ദ്രൗപദിയും ശ്യാമും തങ്ങളുടെ തീരുമാനത്തിൽ ഉറച്ചുനിന്നു. ഒടുവിൽ അവരുടെ ദൃഢനിശ്ചയത്തിനു മുന്നിൽ എല്ലാവർക്കും വഴങ്ങേണ്ടിവന്നു.

ദ്രൗപദിയുടെ ഗോത്രവിഭാഗത്തിനിടയിൽ വരനാണ് വധുവിന് സ്ത്രീധനം നൽകേണ്ടത്. ആൺകുട്ടിയുടെ ഭാഗത്തുനിന്നുള്ള വീട്ടുകാർ സ്ത്രീധനം വാഗ്ദാനം ചെയ്യുന്നു. രണ്ടു വീട്ടുകാരുംകൂടി തീരുമാനിച്ച് അത് ഉറപ്പിക്കുന്നു. അങ്ങനെയണ് അവിടെ നാട്ടുനടപ്പ്.

ദ്രൗപദി മുർമു ഭർത്താവ് ശ്യാംചരൺ മുർമുവിനൊപ്പം

ചർച്ചയ്ക്കൊടുവിൽ ഒരു പശുവും ഒരു കാളയും 16 ജോടി വസ്ത്രങ്ങളും സ്ത്രീധനമായി നൽകിക്കൊണ്ട് വിവാഹം നടത്താൻ തീരുമാനമായി. ശ്യാംചരൺ മുർമുവും ദ്രൗപദി ടുഡുവുമായുള്ള വിവാഹം 1980ൽ നടന്നു. പഹാഡ്പൂർ ഗ്രാമത്തിൽ വധുവായി എത്തിയ ദ്രൗപദി ടുഡു പിന്നീട് ജീവിതത്തിൽ ദ്രൗപദി മുർമുവായി മാറി.

ഒഡിഷ സർക്കാരിനു കീഴിൽ സെക്രട്ടറിയറ്റിൽ ജലസേചന വകുപ്പിൽ 1983 വരെ ജൂനിയർ അസിസ്റ്റന്റായി ദ്രൗപദി ജോലി തുടർന്നു. എന്നാൽ ഭുവനേശ്വറിൽനിന്നും 350 കി. മീറ്റർ അകലെയുള്ള റായ്രംഗ്പൂരിൽനിന്ന് ജോലിക്ക് വന്നുപോകുക അവർക്കു സാധ്യമായിരുന്നില്ല. പ്രത്യേകിച്ച് ദ്രൗപദിയുടെ ഭർത്താവിന്റെ അമ്മയ്ക്ക്, ചെറിയ കുട്ടികളെ വീട്ടിലുപേക്ഷിച്ച് അച്ഛനും അമ്മയും ജോലിക്ക് പോകുന്നതിനോട് താൽപര്യവുമില്ലായിരുന്നു. അച്ഛനോ അമ്മയോ ആരെങ്കിലും കുട്ടികളുടെകൂടെ ഉണ്ടായിരിക്കണം എന്ന് അവർ പറഞ്ഞതനുസരിച്ച് ദൂരസ്ഥലത്തുള്ള ജോലി ഉപേക്ഷിക്കാൻ ദ്രൗപദി നിർബന്ധിതയായി. പഹാഡ്പൂരിലേക്കുതന്നെ അവർ തിരിച്ചെത്തി.

കുട്ടികൾ അല്പം വലുതായിക്കഴിഞ്ഞതോടെ താൻ വീട്ടുജോലിയും കുട്ടികളെ നോക്കലും കഴിഞ്ഞ് ബാക്കി ഒരുപാടുസമയം വെറുതെ കളയുന്നുണ്ടെന്ന് ദ്രൗപദിക്കു തോന്നി. സമയം ഒരിക്കലും വെറുതെ കളയാനുള്ളതല്ല എന്ന നിർബന്ധക്കാരിയായിരുന്നു ദ്രൗപദി. അതുകൊണ്ട് അവർ ഒരു ജോലിക്കായുള്ള അന്വേഷണം തുടങ്ങി.

റായ്രംഗ്പൂരിൽ തന്നെയുള്ള അരബിന്ദോ ഇന്റഗ്രൽ സ്കൂളിൽ അധ്യാപികയായി ജോലിയിൽ പ്രവേശിച്ചത് ദ്രൗപദിയുടെ ജീവിതത്തിലെതന്നെ വഴിത്തിരിവായി മാറുമെന്ന് അപ്പോൾ അവർ ഒരിക്കലും ഓർത്തുകാണില്ല. എല്ലാവരെയും അത്ഭുതപ്പെടുത്തിക്കൊണ്ട് സ്കൂൾ അധികൃതർ നൽകിയ ശമ്പളം സന്തോഷപൂർവം ദ്രൗപദി നിരസിച്ചു. അധ്യാപനം ഒരു സേവനമാണ്; ശമ്പളം വാങ്ങി ചെയ്യേണ്ട ഒന്നല്ല എന്നായിരുന്നു ദ്രൗപദിയുടെ പക്ഷം. ഓണറേറിയമായി ലഭിക്കുന്ന തുച്ഛമായ തുകകൊണ്ട് അവർ തൃപ്തിപ്പെട്ടു.

ദ്രൗപദിയുടെ മക്കളും അരബിന്ദോ സ്കൂളിൽ പഠിതാക്കളായിരുന്നു. മക്കൾക്ക് നല്ല അമ്മയും അതേസമയം അവരുടെ നല്ല അധ്യാപികയും കർക്കശയായ അച്ചടക്കപരിശീലകയുമായിരുന്നു ദ്രൗപദി. അമ്മ സ്കൂളിൽ വളരെ കഠിനാധ്വാനിയായ അധ്യാപികയായിരുന്നുവെന്നും എല്ലാവരോടും കരുണയോടുകൂടി പെരുമാറിയിരുന്നെന്നും ദ്രൗപദിയുടെ മകളും ഇപ്പോൾ ബാങ്കുദ്യോഗസ്ഥയുമായ മകൾ ഇതിശ്രീ ഓർമ്മിക്കുന്നു. കുട്ടികളെ ഹിന്ദി, ഒഡിയ, ഭൂമിശാസ്ത്രം എന്നിവ ദ്രൗപദി പഠിപ്പിച്ചു.

മക്കളോടായാലും മറ്റു കുട്ടികളോടായാലും കർശനമായ അച്ചടക്കവും കൃത്യനിഷ്ഠയും പാലിക്കാൻ ദ്രൗപദി എപ്പോഴും ആവശ്യപ്പെട്ടിരുന്നു. അതേസമയം കുട്ടികൾക്കു നൽകാൻ സ്ഥിരമായി കൈയിൽ മിഠായിയുമായി വരുന്ന സ്നേഹശീലയായ അധ്യാപിക കൂടിയായിരുന്നു അവർ. ദ്രൗപദി പഠിപ്പിക്കുന്ന വിഷയത്തിന് പ്രൈവറ്റ് ട്യൂഷനൊന്നും ഇല്ലാതെതന്നെ കുട്ടികൾ ഉയർന്ന മാർക്കു വാങ്ങിയിരുന്നു എന്നതിനാൽ മാതാപിതാക്കൾക്ക് ദ്രൗപദിയുടെ അധ്യാപനത്തിൽ വളരെ മതിപ്പുണ്ടായിരുന്നു.

സമൂഹത്തിലേക്കിറങ്ങുന്നു

അധ്യാപികയായിരിക്കെത്തന്നെ ദ്രൗപദി മുർമു ഒഡിഷയുടെ വിദൂര ഭാഗങ്ങളിലെ സാധാരണക്കാരായ ഗ്രാമീണരുടെ ഉന്നമനത്തിനായി ചില സാമൂഹ്യസംഘടനകളുമായി ചേർന്ന് പ്രവർത്തിക്കാൻ തുടങ്ങി. അതിനായി വളരെയധികം ദൂരം സഞ്ചരിച്ച് പല ബുദ്ധിമുട്ടുകളും സഹിക്കേണ്ടി വന്നു എന്നതൊന്നും ഒരിക്കലും ദ്രൗപദിയെ പിന്നിലേക്ക് വലിച്ചില്ല. എല്ലാ പ്രതിബന്ധങ്ങളെയും തട്ടിത്തെറിപ്പിച്ചുകൊണ്ട് അവർ കീഴാളവിഭാഗത്തിനുവേണ്ടി നിസ്വാർത്ഥസേവനം നടത്തി.

ചുറ്റുമുള്ള സ്ത്രീകൾ നിരക്ഷരരും ലോകപരിചയമില്ലാത്തവരുമായിരുന്നു. അവരെ ഉദ്ധരിക്കുക ശരിക്കും ബുദ്ധിമുട്ടുള്ള കാര്യം തന്നെയായിരുന്നു. കാരണം അവർ ജോലിക്കാരിയായ, പഠിപ്പുള്ള ദ്രൗപദിയെ സംശയത്തോടെയും പേടിയോടെയുമാണ് നോക്കിയത്. പട്ടണത്തിൽപ്പോയി പഠിച്ചവൾ എന്ന അകൽച്ച ഭാവിച്ചു. എന്നാൽ അവരിലൊരാളായി മാറുകയാണ് ദ്രൗപദി ആദ്യം ചെയ്തത്. അതിനായി അവരെപ്പോലെ ലളിതവസ്ത്രം ധരിച്ചുകൊണ്ട് അവരുടെ ഭാഷ സംസാരിച്ചുകൊണ്ട് എല്ലാവരുടെയും അടുപ്പം സമ്പാദിച്ചു.

രാവും പകലും ഒരുപോലെ ജോലി ചെയ്യുന്നതും വിദൂരസ്ഥലങ്ങളിലേക്ക് യാത്ര ചെയ്യുന്നതും സ്ത്രീകൾക്ക് പറ്റിയ രീതിയല്ലെന്ന് സംശയദൃഷ്ടിയോടെ നോക്കിക്കാണുന്ന ആളുകൾക്കു മുന്നിൽ തലയുയർത്തിപ്പിടിച്ച് ധീരതയോടെ, എന്നാൽ ഏറെ സൗമ്യമായി ദ്രൗപദി പ്രവർത്തിച്ചു. സാമൂഹ്യരംഗത്തുള്ള ദ്രൗപദിയുടെ മഹത്തായ പ്രവർത്തനവും അവരുടെ ജനപ്രീതിയും കണ്ട്, കുട്ടിയായിരിക്കുമ്പോൾ ഹൈസ്കൂളിൽ പ്രവേശനം നേടുന്നതിന് സഹായിച്ച കാർത്തിക് മാജിക്ക് വളരെയധികം ആശ്ചര്യവും സന്തോഷവും തോന്നി. രാഷ്ട്രീയത്തിലേക്കിറങ്ങുന്നതിനായി മാജി ദ്രൗപദിയെ ക്ഷണിച്ചു. അക്കാലത്ത് ദ്രൗപദിയുടെ ഏറ്റവും ശ്രദ്ധേയമായ സ്വത്ത് അവർ പഠിപ്പിക്കുന്ന വിദ്യാർത്ഥികളുടെ മാതാപിതാക്കളായിരുന്നു.

തിരഞ്ഞെടുപ്പ് പ്രചാരണവേളയിൽ ദ്രൗപദി മുർമു

ദ്രൗപദിയോട് ഏറ്റവുമധികം കൂറും വിശ്വാസവും അടുപ്പവും പുലർത്തിയിരുന്ന രക്ഷിതാക്കൾ തന്നെയായിരുന്നു ദ്രൗപദിയുടെ ആശയങ്ങളുടെ ഏറ്റവും വലിയ പ്രചാരകർ. ദ്രൗപദിയുടെ വിനയവും കളങ്കമറ്റതും സഹാനുഭൂതി നിറഞ്ഞതുമായ പെരുമാറ്റവും ഇടപെടുന്നവരെയെല്ലാം ക്രമേണ അവരുടെ ആരാധകരാക്കി മാറ്റി. വളർന്നുവരുന്ന ഒരു നേതാവിന്റെ തീപ്പൊരി ആ സമയത്തുതന്നെ ദ്രൗപദിയിൽ ദൃശ്യമായിരുന്നു.

രാഷ്ട്രീയത്തിലേക്കിറങ്ങാനുള്ള ക്ഷണത്തെ ആദ്യം ദ്രൗപദി നിരസിക്കുകയാണുണ്ടായത്. കുട്ടികളും കുടുംബവുമുള്ള ഒരു അധ്യാപിക കൂടിയായ തനിക്ക് അതു കഴിയുമോയെന്നായിരുന്നു അവരുടെ സംശയം. എന്നാൽ ഭർത്താവ് ശ്യാംചരൺ മുർമു ദ്രൗപദിയെ പ്രോത്സാഹിപ്പിച്ചു. എല്ലാവിധ സഹായവും വാഗ്ദാനം ചെയ്തു. അങ്ങനെ 1997ൽ ദ്രൗപദി തന്റെ രാഷ്ട്രീയ ജീവിതം ആരംഭിച്ചു. കൗൺസിൽ തെരഞ്ഞെടുപ്പിൽ പട്ടികവർഗ സ്ത്രീകൾക്ക് സംവരണം ചെയ്ത സീറ്റായ റായ്രംഗ്പൂരിലെ രണ്ടാംവാർഡിലേക്ക് സ്വതന്ത്ര സ്ഥാനാർത്ഥിയായി ദ്രൗപദി മത്സരിച്ചു. നല്ലനിലയിൽ വിജയിച്ചു. പിന്നീട് ബി.ജെ.പിയിൽ ചേരുകയും കൗൺസിൽ വൈസ് ചെയർമാനായി മാറുകയും ചെയ്തു.

ഒരു വാർഡ് കൗൺസിലർ എന്ന രീതിയിൽ ശുചീകരണ പ്രവർത്തനങ്ങളുടെ ചുമതലയാണ് ദ്രൗപദിക്ക് ലഭിച്ചത്. ഏറ്റവും അത്യാവശ്യമായ കാര്യവും എന്നാൽ വർഷങ്ങളോളം അവഗണിക്കപ്പെട്ടു കിടന്നതുമായ ഒരു മേഖലയുമായിരുന്നു അത്. ആരും ശുചിത്വ പരിപാലനം ഏറ്റെടുക്കാൻ താൽപര്യം കാണിച്ചിരുന്നില്ല. എന്നാൽ ദ്രൗപദി സധൈര്യം അത് ഏറ്റെടുത്ത് സ്വന്തം മേൽനോട്ടത്തിൽ ശുചീകരണ പ്രവർത്തനങ്ങൾ നടത്തി. അതിനായി ഏറെ സമയം ചെലവിട്ടു. അക്കാര്യം വളരെയധികം ജനശ്രദ്ധ ആകർഷിച്ചു എന്നത് രാഷ്ട്രീയ ജീവിതത്തിലേക്കുള്ള ദ്രൗപദിയുടെ ചവിട്ടുപടിയായി മാറി.

ദുരന്തങ്ങളെ അതിജീവിച്ച്

തുടർച്ചയായ രണ്ട് തെരഞ്ഞെടുപ്പ് വിജയങ്ങൾക്ക് ശേഷം 2009-ലെ തെരഞ്ഞെടുപ്പിൽ ദ്രൗപദി മുർമു പരാജയപ്പെട്ടു. ആ സമയത്ത് അവർ സ്വന്തം ഗ്രാമത്തിൽ തിരിച്ചെത്തി. ഗ്രാമത്തിൽ താമസിച്ച് കുടുംബത്തോടൊപ്പമുള്ള സന്തോഷവും സാമൂഹ്യപ്രവർത്തനവും ഒരുമിച്ച് കൊണ്ടുപോകുകയായിരുന്നു അവരുടെ ഉദ്ദേശ്യം. എന്നാൽ വിധി വളരെ ക്രൂരമായി ദ്രൗപദിയെ പരീക്ഷിക്കാൻ കാത്തുനിൽക്കുകയായിരുന്നു. 2009 ഒക്ടോബർ 24ന് രാത്രി ഭുവനേശ്വറിലെ ഒരു ഹോട്ടലിൽ അത്താഴം കഴിക്കാൻ പോയതായിരുന്നു ദ്രൗപദിയുടെ മൂത്തമകൻ ലക്ഷ്മൺ മുർമു. തിരിച്ചെത്തിയ ലക്ഷ്മണിന്റെ ആരോഗ്യനില പെട്ടെന്ന് വഷളായി. ഭുവനേശ്വറിലെ അമ്മാവനോടൊപ്പമായിരുന്നു ആ സമയത്ത് ലക്ഷ്മൺ താമസിച്ചിരുന്നത്. വീട്ടിൽ തിരിച്ചെത്തി അല്പനേരം കഴിഞ്ഞപ്പോൾ ആരോഗ്യം ലേശം മെച്ചപ്പെട്ടതായി തോന്നി ലക്ഷ്മൺ ഉറങ്ങാൻ കിടന്നു. എന്നാൽ രാവിലെ ഏറെ വൈകിയിട്ടും വാതിൽ തുറക്കാത്തതുകണ്ട് നോക്കിയപ്പോൾ ബോധരഹിതനായി കിടക്കുന്ന ലക്ഷ്മണിനെയാണ് കണ്ടത്. വീട്ടുകാർ ഉടനെ ആശുപത്രിയിൽ എത്തിച്ചെങ്കിലും ഉറക്കത്തിലെപ്പോഴോ തന്നെ മരണം സംഭവിച്ചിരുന്നു എന്നായിരുന്നു ഡോക്ടർമാരുടെ അഭിപ്രായം. ദ്രൗപദിയെ ആകെ തകർത്തുകളഞ്ഞ സംഭവമായിരുന്നു ഇത്.

വിധിയുടെ പ്രഹരം അവിടംകൊണ്ടൊന്നും തീർന്നില്ല. 2013-ൽ രണ്ടാമത്തെ മകൻ സിപുൺ മുർമു ഒരു മോട്ടോർസൈക്കിൾ അപകടത്തിൽ മരിച്ചു. രണ്ട് മക്കളുടെയും മരണം താങ്ങാൻ കഴിയാതിരുന്ന ശ്യാംചരൺ മുർമു കടുത്ത വിഷാദരോഗത്തിനടിമപ്പെട്ടു. ദ്രൗപദിയെ ആകെ പിടിച്ചുലച്ചുകൊണ്ട് 2014-ൽ ഹൃദയാഘാതം മൂലം ശ്യാംചരൺ മുർമുവും മരണപ്പെട്ടു. 2014-ൽ തന്നെ സഹോദരനും തുടർന്ന് ദ്രൗപദിയുടെ പ്രിയമാതാവും അന്തരിച്ചു. ഈ സംഭവങ്ങൾ ദ്രൗപദിയെ ശരിക്കും തളർത്തി.

ദ്രൗപദി മുർമുവിന്റെ മക്കൾ
സിപുൺ മുർമു ലക്ഷ്മൺ മുർമു

ആറ് വർഷത്തിനുള്ളിൽ രണ്ട് മക്കളെയും ഭർത്താവിനെയും കൂടപ്പിറപ്പിനെയും അമ്മയെയും നഷ്ടപ്പെട്ട ദ്രൗപദി മുർമു അൽപകാലം വിഷാദത്തിലേക്ക് കൂപ്പ് കുത്തി. ഇതിനെപ്പറ്റി ദ്രൗപദിതന്നെ പറയുന്നത് ഇങ്ങിനെയാണ്. ''ഞാൻ ജീവിതത്തിൽ നിരവധി ഉയർച്ചതാഴ്ചകൾക്ക് സാക്ഷ്യം വഹിച്ചിട്ടുണ്ട്. 2009-ൽ എന്റെ ജീവിതത്തിലേക്ക് കടന്നുവന്ന സുനാമി എന്നെ വല്ലാതെ ഞെട്ടിച്ചു. എന്റെ ഭർത്താവിനെയും രണ്ട് മക്കളെയും നഷ്ടപ്പെട്ട ഞാൻ പൂർണമായും തകർന്നുപോയി. കുറച്ചു കാലത്തേക്ക് എനിക്ക് ഒന്നും കേൾക്കാൻ കഴിഞ്ഞില്ല. ഒന്നും കാണാൻ കഴിഞ്ഞില്ല. ഞാൻ ഇതിനെ അതിജീവിക്കില്ല എന്ന് എല്ലാവരും കരുതി. പക്ഷേ ഞാൻ ഇനിയും ജീവിക്കേണ്ടതുണ്ട്; ജനങ്ങളെ സേവിക്കാനായി ഇനിയും ജീവിതത്തിൽ തുടരേണ്ടതുണ്ട് എന്ന് ദൈവം എന്നോട് പറയുന്നതായി എനിക്ക് തോന്നി.''

ദ്രൗപദി മുർമുവിന്റെ ജീവിതത്തിൽ ആ സമയത്ത് ചുറ്റും ഇരുട്ടായിരുന്നു. ഇത്തിരി സന്തോഷത്തിന്റെ വെളിച്ചം പോലുമില്ലാതെ കൂരാക്കൂരിരുട്ടിൽ അവർ തപ്പിത്തടഞ്ഞു. പാർട്ടിയും സാമൂഹ്യപ്രവർത്തനവും വിട്ട് ഏതെങ്കിലും ആശ്രമത്തിൽപോയി സന്ന്യാസം സ്വീകരിക്കാനായിരുന്നു ദ്രൗപദി ആദ്യം ആലോചിച്ചത്. മറ്റേതൊരു സാധാരണ വ്യക്തി ആയിരുന്നെങ്കിലും ആ സന്ദർഭത്തിൽ തീർത്തും ഇല്ലാതായിപ്പോകുമായിരുന്നു. അത്രവലിയ വിധിയുടെ വിളയാട്ടമാണ് ദ്രൗപദിയുടെ മേൽ പതിച്ചത്. ഉറ്റവരെ ഒന്നൊന്നായി മരണം കൂട്ടിക്കൊണ്ടുപോകുമ്പോൾ ഒരു നിമിഷം അവർ തളർന്നുപോയതിൽ അത്ഭുതമില്ല. എന്നാൽ കൂടെയുള്ള പ്രവർത്തകർ 'അമ്മയുടെ രണ്ട് മക്കളല്ലേ പോയുള്ളൂ, അനേകായിരം മക്കൾ ചുറ്റും കൂടെത്തന്നെ ഉണ്ടല്ലോ' എന്നുപറഞ്ഞ് ആത്മവിശ്വാസവും ധൈര്യവും നൽകി. യോഗ, ധ്യാനം, മതപ്രഭാഷണങ്ങൾ എന്നിവയിലൂടെ അൽപ്പം സ്വസ്ഥത കണ്ടെത്താൻ അവർ ശ്രമിച്ചു. ബ്രഹ്മകുമാരി സംഘം ദ്രൗപദിക്ക് വലിയ ആശ്വാസമേകി. മകൾ ഇതിശ്രീയെ ചേർത്തുപിടിച്ച്

ക്രമേണ അവർ സാധാരണ ജീവിതത്തിലേക്ക് മടങ്ങിവന്നു. മറ്റുള്ള വർക്കായി സ്വയം സമർപ്പിക്കുക എന്ന മഹത്തായ ലക്ഷ്യം മുൻ നിർത്തി പ്രവർത്തിക്കാൻ തുടങ്ങി.

മറ്റുള്ളവർക്ക് വേണ്ടി എന്തെങ്കിലും ചെയ്യാൻ ആഗ്രഹിക്കുന്നു ണ്ടെങ്കിൽ കുട്ടികൾക്ക് വിദ്യാഭ്യാസം നൽകുന്നതിനേക്കാൾ വലിയ മറ്റൊരു കാര്യം ഇല്ല എന്നായിരുന്നു ദ്രൗപദിയുടെ കാഴ്ചപ്പാട്. അതു കൊണ്ടുതന്നെ ഭർത്താവിന്റെയും മക്കളുടെയും ഓർമ നിലനിർത്താ നായി എന്തെങ്കിലും ചെയ്യണമെന്ന് ആഗ്രഹിച്ചപ്പോൾ ഒരു സ്കൂളാണ് ദ്രൗപദിയുടെ മനസ്സിൽ ആദ്യം വന്നത്. താൻ വധുവായി ചെന്നു കയറിയ പഹാഡ്പൂരിൽ പൈതൃകസ്വത്തായി ലഭിച്ച മൂന്നേക്കർ സ്ഥലത്ത് കുട്ടികൾക്ക് താമസിച്ചുപഠിക്കാൻ ഒരു സ്കൂൾ സ്ഥാപിച്ചു. സ്കൂളിന്റെ നടത്തിപ്പിനായി എസ്.എൽ.എസ്. സ്മാരക ട്രസ്റ്റ് എന്ന പേരിൽ ഒരു ട്രസ്റ്റും രൂപീകരിച്ചു. ഭർത്താവിന്റെയും മക്കളുടെയും പേരിന്റെ ആദ്യാക്ഷരം ചേർത്താണ് എസ്.എൽ.എസ് എന്ന പേരു ണ്ടാക്കിയത്. അധ്യാപകരും രക്ഷിതാക്കളും ചേർന്ന സമിതിക്കാണ് സ്കൂളിന്റെ നടത്തിപ്പ് ചുമതല.

സ്വന്തമായി കൈയിലുള്ള ആകെയൊരു വീടും സ്ഥലവും സ്കൂളി നായി കളയണോ എന്ന് ദ്രൗപദിയോട് പലരും ചോദിച്ചിരുന്നു. എന്നാൽ തനിക്കും മകൾക്കും വേണ്ടിയുള്ള സ്ഥലത്ത് കുട്ടികൾ പഠിച്ച് വളരട്ടെ. അതിലും വലിയ സമ്പത്തായി മറ്റെന്തുണ്ട് എന്നാ യിരുന്നു ദ്രൗപദിയുടെ മറുപടി. പഹാഡ്പൂരിൽ അക്കാലത്ത്

ദ്രൗപദി പഹാഡ്പൂരിൽ സ്ഥാപിച്ച വിദ്യാലയം

പ്രൈമറി സ്കൂൾ മാത്രമാണ് ഉണ്ടായിരുന്നത്. അടുത്ത് സ്കൂൾ ഇല്ലാത്തതിനാൽ പലരും പ്രൈമറി പഠനത്തിനുശേഷം വിദ്യാഭ്യാസം അവസാനിപ്പിച്ചിരുന്നു. ഈ പ്രശ്നത്തിനുള്ള മറുപടിയായി മാറി ദ്രൗപദി സ്ഥാപിച്ച സ്കൂൾ.

ആൺകുട്ടികൾക്കും പെൺകുട്ടികൾക്കും താമസിച്ചുപഠിക്കാൻ കഴിയുന്ന സ്കൂൾ ആറ്മുതൽ പത്ത് വരെ ക്ലാസ്സുകളുമായി 2016 ജൂണിൽ പ്രവർത്തിച്ചു തുടങ്ങി. ആദ്യകാലത്ത് ഒമ്പത് കുട്ടികളുമായി ആരംഭിച്ച ആ സ്കൂളിൽ ഇന്ന് എൺപത് കുട്ടികളും എട്ട് അധ്യാപകരും ഉണ്ട്. ദ്രൗപദി മുർമുവിന്റെ ഭർത്താവിന്റെയും മക്കളുടെയും അർദ്ധകായ പ്രതിമകളും സ്കൂൾ കോമ്പൗണ്ടിലുണ്ട്.

ഗവർണർ ദീദി

1997ൽ റായ്രംഗ്പൂരിലെ ജില്ലാ ബോർഡിന്റെ കൗൺസിലറായി തെരഞ്ഞെടുക്കപ്പെട്ട ദ്രൗപദി രണ്ടുപ്രാവശ്യം റൈരംഗ്പൂരിൽനിന്ന് ബി.ജെ.പി യുടെ സ്ഥാനാർത്ഥിയായി മത്സരിച്ചു ജയിച്ചു. നവീൻ പട്നായിക് സർക്കാരിൽ മന്ത്രിയായി പ്രവർത്തിക്കാനും അവസരം ലഭിച്ചു. 2000 മുതൽ 2002 വരെ വാണിജ്യത്തിന്റെയും ഗതാഗതത്തിന്റെയും വകുപ്പുകളും 2002 മുതൽ 2004 വരെ മത്സ്യബന്ധന മൃഗവിഭവവകുപ്പും ദ്രൗപദി കൈകാര്യം ചെയ്തു. 2000ൽ രൂപീകൃതമായ ജാർഖണ്ഡ് സംസ്ഥാനത്തിന്റെ ഗവർണർ പദവിയാണ് അടുത്തതായി ദ്രൗപദി മുർമുവിനെ തേടിയെത്തിയത്. 2015 മെയ് 18ന് ജാർഖണ്ഡിന്റെ ആദ്യവനിതാ ഗവർണറായി ദ്രൗപദി സത്യപ്രതിജ്ഞ ചെയ്ത് സ്ഥാനമേറ്റു. ഒഡിഷയിൽനിന്നുള്ള ഒരു ഇന്ത്യൻ സംസ്ഥാനത്തിന്റെ ഗവർണറായി നിയമിക്കപ്പെട്ട ആദ്യ വനിതകൂടിയായിരുന്നു ദ്രൗപദി.

ഗോത്രവർഗ സംസ്ഥാനമായ ജാർഖണ്ഡിന്റെ ഗവർണറായി ദ്രൗപദിയെ നിയമിച്ചുകൊണ്ട് അവരിലുള്ള വിശ്വാസം പ്രധാനമന്ത്രി നരേന്ദ്രമോദി ഒന്നുകൂടി ഊട്ടിയുറപ്പിച്ചു. ദ്രൗപദിക്ക് ഏറെ സന്തോഷം തോന്നിയ നിമിഷങ്ങളായിരുന്നു അത്. ജാർഖണ്ഡിലുള്ള ഗ്രാമങ്ങൾ സന്ദർശിച്ച് ആളുകളെ കാണുക, അറിയുക, അവർക്കുവേണ്ടി പ്രവർത്തിക്കുക എന്ന നിർദേശമാണ് ദ്രൗപദിക്ക് പ്രധാനമന്ത്രി ആദ്യമായി നൽകിയത്. അതനുസരിച്ച് ദ്രൗപദി മുർമു ജാർഖണ്ഡിന്റെ ഉൾഗ്രാമങ്ങളിലേക്ക് സഞ്ചരിക്കുകയും പ്രശ്നങ്ങൾ മനസ്സിലാക്കുകയും ചെയ്തു.

ബിരാഞ്ചി നാരായൺ ടുഡു എന്ന ഗ്രാമമുഖ്യന് തന്റെ ഗ്രാമം സ്വന്തം കുടുംബംപോലെ തന്നെയായിരുന്നു. എല്ലാവർക്കും നല്ലതു വരണം എന്ന് തീവ്രമായി ആഗ്രഹിച്ച ഒരു മനസ്സിനുടമയായ അത്തരമൊരു അച്ഛന്റെ പാരമ്പര്യം മകൾക്ക് പകർന്നുകിട്ടിയതിൽ അത്ഭുതമില്ല. സ്വയം സത്യസന്ധത പുലർത്തുന്നതാണ് എല്ലാ പ്രവർത്തനങ്ങളിലും വിജയിക്കാനുള്ള വഴി എന്നവർ ഉറച്ചുവിശ്വസിച്ചു.

ആദിവാസി വനിതയായ ദ്രൗപദിയെ ഗവർണറായി നിയമിച്ചത് ചരിത്രപരമായ ഒരു സംഭവമായിരുന്നു. രാജ്യത്തുള്ള ആദിവാസി സമൂഹത്തിന് അർഹമായ അധികാരവും പരിഗണനയും നൽകാനും ഗോത്രവർക്കാരുമായി നല്ല ഒരു ബന്ധം പുലർത്താനുമാണ് ഇങ്ങനെ ചെയ്തതെന്നായിരുന്നു പൊതുവെ ഉയർന്നുവന്ന അഭിപ്രായം.

സാധാരണയായി ഗവർണർമാർ കേന്ദ്രത്തോട് ചായ്‌വു കാണിക്കാറുണ്ട് എന്ന ആരോപണം പലപ്പോഴും ഉണ്ടാകാറുണ്ടായിരുന്നു. എന്നാൽ ദ്രൗപദി മുർമു തന്റെ ഭരണകാലത്ത് തികഞ്ഞ നിഷ്പക്ഷത പാലിച്ചു. അക്കാലത്ത് ബി.ജെ.പിയുടെ രഘുബർദാസ് സർക്കാർ CNT-SPT നിയമഭേദഗതി കൊണ്ടുവന്നിരുന്നു. ആദിവാസികളുടെ ഭൂമി സംരക്ഷിക്കാൻ ബ്രിട്ടീഷ് സർക്കാർ ഉണ്ടാക്കിയ ഛോട്ടാനാഗ് പൂർ ടെനൻസി ആക്റ്റ് (സി.എൻ.ടി ആക്റ്റ്) സന്താൾ പർഗാന ടെനൻസി ആക്റ്റ് (എസ്.പി.ടി. ആക്റ്റ്) എന്നിവ ഭേദഗതി ചെയ്യുന്ന ബിൽ കനത്ത പ്രതിഷേധങ്ങളും പ്രതിപക്ഷ വോക്കൗട്ടുകളും അവഗണിച്ച് സർക്കാർ പാസ്സാക്കി. ഒരു ബിൽ നിയമമാകണമെങ്കിൽ അത് ഗവർണർ ഒപ്പിട്ട് പാസ്സാക്കണം. സഭയിൽ സർക്കാർ അവതരിപ്പിച്ച ബിൽ അന്നത്തെ ഗവർണർ ദ്രൗപദി മുർമുവിന്റെ കൈയിലെത്തി. ബില്ല് ഒപ്പിടാതെ ഗവർണർ തിരിച്ചയച്ചു. ഈ ബില്ല് കൊണ്ട് ആദിവാസി സമൂഹത്തിന് എന്തു നേട്ടമാണുണ്ടാകുക എന്ന ദ്രൗപദിയുടെ ചോദ്യത്തിന് സർക്കാരിന് ഉത്തരമുണ്ടായിരുന്നില്ല. അതിനാൽ ബിൽ നിയമമായില്ല. ഗവർണറുടെ തീരുമാനത്തിൽ ആദിവാസി സമൂഹം ഏറെ സന്തോഷിക്കുകയും ദ്രൗപദിക്ക് നന്ദി അറിയിക്കുകയും ചെയ്തു.

''മേരേ കലം സേ കോയി അനീതി നഹി ഹോഗാ'' (ഒരു അനീതിയും സംഭവിക്കാൻ ഞാൻ അനുവദിക്കുകയില്ല) എന്നായിരുന്നു അന്നത്തെ മുഖ്യമന്ത്രി രഘുബർദാസുമായുള്ള കൂടിക്കാഴ്ചയിൽ ദ്രൗപദി പറഞ്ഞത്. മാറ്റത്തിനാവശ്യപ്പെട്ട ശക്തമായ നിർബന്ധങ്ങളുണ്ടായിട്ടുപോലും ഒരിക്കലും അവർ തന്റെ തീരുമാനത്തിൽ മാറ്റം വരുത്തിയില്ല. ഗവർണർ ദീദി എന്ന് തന്നെ വിളിക്കുന്ന സാധാരണക്കാരായ മനുഷ്യർക്കുവേണ്ടി അവരുടെ കൂടെത്തന്നെ എന്നും ദ്രൗപദി നിലകൊണ്ടു.

ജനകീയ ഗവർണർ

തന്റെ ഭരണകാലത്തുടനീളം യാതൊരുവിധ വിവാദങ്ങളിലും അകപ്പെടാതെ ദ്രൗപദി മുർമു ശ്രദ്ധിച്ചു. ആദിവാസി കാര്യങ്ങൾ, വിദ്യാഭ്യാസം, ക്രമസമാധാനം, ജാർഖണ്ഡിന്റെ ആരോഗ്യരംഗം എന്നിവയിലെല്ലാം അവർ എപ്പോഴും ജാഗ്രത പുലർത്തിയിരുന്നു. ഭരണഘടനാപരമായ അന്തസ്സോടെയും മാന്യതയോടെയും സംസ്ഥാന സർക്കാരിന്റെ തീരുമാനങ്ങളിൽ പല അവസരങ്ങളിലും ഇടപെട്ടു.

സംസ്ഥാനത്തെ ഉന്നതവിദ്യാഭ്യാസവുമായി ബന്ധപ്പെട്ട വിഷയങ്ങളിൽ ദ്രൗപദി മുന്നിട്ടിറങ്ങി ലോക് അദാലത്ത് സംഘടിപ്പിച്ചിരുന്നു എന്നും അതിൽ അയ്യായിരത്തോളം സർവകലാശാലാ അധ്യാപകരുടെയും ജീവനക്കാരുടെയും കേസുകൾ തീർപ്പാക്കിയെന്നും വിനോബഭാവെ സർവകലാശാലയിലെ സീനിയർ പ്രൊഫസർ ഡോ. ശൈലേഷ് ചന്ദ്രൻ അനുസ്മരിക്കുന്നു. സംസ്ഥാനത്തെ സർവകലാശാലകളിലും കോളേജുകളിലും പ്രവേശനപ്രക്രിയ കേന്ദ്രീകൃതമാക്കുന്നതിനായി ചാൻസലറുടെ പോർട്ടൽ സൃഷ്ടിച്ചു.

ജാർഖണ്ഡ് മുക്തിമോർച്ച സർക്കാരിന്റെ കാലത്തും ദ്രൗപദി മുർമു ധീരമായ തീരുമാനങ്ങൾ എടുത്തിരുന്നു. മുഖ്യമന്ത്രിയായ ഹേമന്ദ് സോറനുമായി അവർ എന്നും നല്ല ബന്ധം പുലർത്തി. ഗവർണർ എന്ന രീതിയിൽ മാന്യമായി പ്രവർത്തിക്കുകയും തന്റെ കീഴുദ്യോഗസ്ഥരുമായി എല്ലാ കാര്യങ്ങളും ചർച്ച ചെയ്ത് ജനാധിപത്യരീതിയിൽ മാത്രം കാര്യങ്ങൾ നടപ്പിലാക്കുകയും ചെയ്തു. എപ്പോഴും പ്രതിപക്ഷബഹുമാനം പുലർത്താൻ അവർ പ്രത്യേകം ശ്രദ്ധിച്ചിരുന്നു.

ആദ്യമായിട്ടായിരുന്നു ആദിവാസികൾക്ക് ഗവർണറെ നേരിട്ടു കാണാൻ കഴിയുന്നത്. മുൻകാലങ്ങളിൽ മാറ്റിനിർത്തപ്പെട്ട ജനതയ്ക്ക് ദ്രൗപദി മുർമു എന്ന ദീദി ഗവർണർ ആദിവാസി സമൂഹത്തിന്റെ ഉയർച്ചയ്ക്കായി പ്രവർത്തിക്കുമെന്ന് ഉറച്ച വിശ്വാസമുണ്ടായിരുന്നു. ഗവർണറുടെ ഓഫീസ് എല്ലാ സമയവും ഏതു തുറയിലുള്ള

സഹപ്രവർത്തകരോടൊത്ത് ദ്രൗപദി മുർമു

ആളുകൾക്കുമായി തുറന്നു പ്രവർത്തിച്ചിരുന്നു. ഏതൊരാൾക്കും ഏറ്റവുമെളുപ്പം സമീപിക്കത്തക്കവിധം ലളിതമായിരുന്നു ഗവർണ റുടെ ഇടപെടലുകൾ. അത് ദ്രൗപദി മുർമുവിന് വളരെയധികം ജന പ്രീതി നേടിക്കൊടുത്തു.

ജാർഖണ്ഡിലെ കാലാവധി പൂർത്തിയാക്കിയ ആദ്യ ഗവർണറാ യിരുന്നു ദ്രൗപദി മുർമു. ഭരണപക്ഷവും പ്രതിപക്ഷവും ഒരുപോലെ ബഹുമാനിച്ച ആ മഹതിയുടെ ഗവർണർ പദവിയുടെ കാലാവധി 2020 മെയ് 18ന് അവസാനിക്കുന്നതായിരുന്നു. അഞ്ച് വർഷമാണ് ഒരു ഗവർണറുടെ കാലാവധി. എന്നിട്ടും 2021 ജൂലായ് 21 വരെ ദ്രൗപദിക്ക് കാലാവധി നീട്ടിക്കൊടുത്തു. അതായത് ആറുവർഷവും രണ്ട് മാസവും 10 ദിവസവും അവർ ഗവർണറായി തുടർന്നു. അത്ര യേറെ എല്ലാവർക്കും അഭിമതയായിരുന്നു ദ്രൗപദി മുർമു.

സുദീർഘമായ തന്റെ രാഷ്ട്രീയ ജീവിതത്തിൽ ഒരിക്കലും ദ്രൗപദി പാർട്ടി മാറുകയോ പാർട്ടി ആശയങ്ങളിൽ നിന്ന് വ്യതിചലി ക്കുകയോ ചെയ്തില്ല. ഒരു ഉറച്ച ബി.ജെ.പി പ്രവർത്തകയായിത്തന്നെ തുടർന്നു. എന്നാൽ ഭരണഘടനാപരമായ ഗവർണർ പദവി ലഭിച്ച തോടെ കക്ഷിരാഷ്ട്രീയത്തിൽ നിന്നും മുക്തയായ ഒരാളായി അവർ മാറി. ഗവർണർ പദവിയിലിരുന്ന നീണ്ട ആറു വർഷക്കാലം യാതൊരു വിധ രാഷ്ട്രീയ പരിപാടികളിലും ദ്രൗപദി പങ്കെടുത്തില്ല.

മഹാത്മജി മുന്നോട്ടുവെച്ച അഹിംസാ സിദ്ധാന്തവും കരകൗശല ത്തൊഴിലുകൾ ജീവിതത്തിൽ പാലിക്കേണ്ടതിന്റെ ആവശ്യകതയും പ്രചരിപ്പിക്കുന്നതിൽ സദാ ഉത്സുകയായിരുന്നു ദ്രൗപദി. ബ്രഹ്മകുമാരി

സംഘത്തിൽ അംഗമായതു മുതൽ അഹിംസാ സന്ദേശം ജീവിതത്തിൽ പകർത്തുകയും അതിന്റെ പ്രചാരകയായി മാറുകയും ചെയ്തു. കരകൗശലത്തൊഴിലുകൾ ആദിവാസി ജീവിതത്തിന്റെ ഭാഗമാണ്. ഒരു ഗോത്രവർഗ്ഗ സംസ്ഥാനത്തിന്റെ ഗവർണറെന്ന നിലയിൽ കലയിലും കരകൗശലത്തിലും ജനങ്ങളെ പ്രോത്സാഹിപ്പിക്കുന്നതിന് തന്നാലാവുന്നത് ചെയ്യാൻ ദ്രൗപദി എപ്പോഴും പ്രവർത്തിച്ചു.

ജാർഖണ്ഡ് ഗവർണറായിരിക്കെ രാജ്ഭവൻ വളപ്പിൽ 400 കിലോഗ്രാം ഭാരമുള്ള സ്പിന്നിംഗ് വീൽ സ്ഥാപിച്ചു. സംസ്ഥാനത്തെ ഏറ്റവും വലിയ സ്പിന്നിംഗ് വീലായിരുന്നു അത്. രാജ്ഭവൻ സന്ദർശിക്കാനെത്തുന്ന ആളുകൾക്ക് സാമ്പത്തിക സ്വാശ്രയത്വത്തിന്റെ സന്ദേശം പകർന്നുകൊണ്ട് അത് ഇന്നും അവിടെ നിലനിൽക്കുന്നു. 2020 ഓഗസ്റ്റ് 3ന് കൊറോണ സമയത്ത് ഉദ്ഘാടനം ചെയ്യപ്പെട്ട ഇത് ഇന്ത്യയിലെ അഞ്ച് വലിയ സ്പിന്നിംഗ് വീലുകളിൽ ഒന്നായി കണക്കാക്കപ്പെടുന്നു.

ജീവൻ ബലിയർപ്പിച്ച ധീരരക്തസാക്ഷികളുടെ പ്രതിമ സ്ഥാപിക്കുന്നതിലും ഗവർണർ എന്ന രീതിയിൽ ദ്രൗപദി മുൻകൈയെടുത്തു പ്രവർത്തിച്ചു. ഇത്രയേറെ നേട്ടങ്ങൾ അവകാശപ്പെടാനുണ്ടായിരുന്നിട്ടും ഒന്നും പുറമേ കാണിക്കാത്ത ശാന്തസ്വഭാവക്കാരിയായിരുന്നു ദ്രൗപദി മുർമു. മികച്ച പഠിതാവ് കൂടിയായിരുന്നു അവർ എപ്പോഴും. അറിയാത്ത കാര്യങ്ങളിൽ ഉൽക്കണ്ഠപ്പെടാതെ, അല്ലെങ്കിൽ അവയെ മാറ്റിനിർത്താതെ എല്ലാം ചെയ്തു പഠിക്കുക എന്ന രീതിയായിരുന്നു ദ്രൗപദി മുർമുവിന്റേത്. ഗതാഗതം, വാണിജ്യം, മൃഗസരംക്ഷണം, ഫിഷറീസ് എന്നീ വകുപ്പുകളിൽ സ്വതന്ത്ര ചുമതലയുള്ള സഹമന്ത്രിയായപ്പോൾ ആ മന്ത്രാലയങ്ങളുടെ പ്രവർത്തനങ്ങളെക്കുറിച്ച് യാതൊരു മുൻധാരണയും ദ്രൗപദിക്കില്ലായിരുന്നു. എന്നാൽ എളുപ്പത്തിൽ എല്ലാം ഗ്രഹിച്ചെടുക്കുകയും ഉജ്ജ്വലമായ പ്രവർത്തനം കാഴ്ചവെക്കുകയും ചെയ്തു. അതുകൊണ്ടുതന്നെയാണ് ഏറ്റവും നല്ല എം.എൽ.എയ്ക്കുള്ള നീലകാന്ത് പുരസ്കാരം 2007ൽ ദ്രൗപദി മുർമുവിനെ തേടിയെത്തിയത്.

രാഷ്ട്രപതിപദത്തിലേക്ക്

14–ാമത് രാഷ്ട്രപതിയായ രാംനാഥ് കോവിന്ദിന്റെ കാലാവധി 2022 ജൂലൈ 24ന് അവസാനിക്കും എന്നതിനാൽ ഭരണഘടനയുടെ 62–ാമത് അനുച്ഛേദം അനുസരിച്ച് തിരഞ്ഞെടുപ്പ് നടത്തി പുതിയ രാഷ്ട്ര പതിയെ കണ്ടെത്തേണ്ടതുണ്ടായിരുന്നു. അതിനാൽ ജൂൺ 15ന് തിര ഞ്ഞെടുപ്പ് കമ്മീഷൻ 2022–ലെ രാഷ്ട്രപതി തിരഞ്ഞെടുപ്പിനുള്ള വിജ്ഞാപനം പുറപ്പെടുവിച്ചു. നാമനിർദ്ദേശം നൽകാനുള്ള അവ സാന തിയ്യതി ജൂൺ 29നും തിരഞ്ഞെടുപ്പ് ജൂലൈ 18നും വോട്ടെ ണ്ണൽ ജൂലൈ 21നും നിശ്ചയിച്ചു. ഈ സാഹചര്യത്തിലാണ് എൻ.ഡി.എ രാഷ്ട്രപതി സ്ഥാനത്തേക്ക് പരിഗണിക്കാൻ പറ്റുന്ന ആളുകളെക്കുറി ച്ചുള്ള അന്വേഷണം ആരംഭിച്ചത്. ഇരുപതോളം പേർ ആ പട്ടികയിൽ ഉണ്ടായിരുന്നു.

2022 ജൂൺ 21ന് പ്രധാനമന്ത്രി നരേന്ദ്രമോദിയുടെ നേതൃത്വത്തിൽ ബി.ജെ.പി പാർലമെന്ററി ബോർഡ് നേതാക്കൾ യോഗം ചേർന്നു. ഈ ഇരുപത് പേരിൽ ഏറ്റവും അനുയോജ്യരായ ആളെ കണ്ടെ ത്തുകയായിരുന്നു ലക്ഷ്യം. ഏറ്റവും മികച്ച എം.എൽ.എയ്ക്കുള്ള നീലകാന്ത് പുരസ്കാരം നേടിയ, ജാർഖണ്ഡ് ഗവർണറായി സ്തുത്യർഹ സേവനം നിർവഹിച്ച ഗോത്രവർഗവനിതയായ ദ്രൗപദി മുർമു തന്നെ യാണ് ഏറ്റവും അനുയോജ്യയായ രാഷ്ട്രപതി സ്ഥാനാർത്ഥിയെന്ന് യോഗം ഐകകണ്ഠ്യേന തീരുമാനിച്ചു. അന്ന് പ്രധാനമന്ത്രി ട്വിറ്ററിൽ

കുറിച്ചു. 'ഒരു ആദിവാസി ഗ്രാമീണന്റെ മകൾ രാഷ്ട്രപതിയാവുകയാണ്. തീർച്ചയായും അവർ ഇന്ത്യയ്ക്ക് ഏറ്റവും മികച്ച ഒരു രാഷ്ട്രപതിയായിരിക്കും.'

രാഷ്ട്രപതിസ്ഥാനത്തേക്ക് നാമനിർദ്ദേശം ചെയ്യപ്പെട്ട വാർത്ത കേട്ട് ദ്രൗപദി മുർമു പ്രധാനമന്ത്രി നരേന്ദ്രമോദിയോട് ചോദിച്ചു.

''ഞാൻ ഒരു ചെറിയ ഗ്രാമത്തിൽ നിന്നാണ് വരുന്നത്. ആദ്യം ടീച്ചറും പിന്നെ എം.എൽ.എയും മന്ത്രിയും ഗവർണറും ആയി. പക്ഷേ രാഷ്ട്രപതിസ്ഥാനത്തിന് ഇത്രയും യോഗ്യത മതിയാകുമോ? ഞാൻ ഈ സ്ഥാനത്തിന് യോഗ്യയാണോ?''

പ്രധാനമന്ത്രിയുടെ ലളിതമായ മറുപടി ഇങ്ങനെയായിരുന്നു.

''രാജ്യം നിങ്ങളെ അവരുടെ പ്രഥമ വനിതയായി നിയമിക്കാൻ തീരുമാനിച്ചു. രാജ്യം മുഴുവൻ നിങ്ങളോടൊപ്പം ഉണ്ട്. ഒരു വലിയ രാജ്യത്തിലെ ജനങ്ങളുടെ കരുത്താണ് നിങ്ങൾക്കൊപ്പമുള്ളത്. എല്ലാറ്റിനുമുപരി ഭരണഘടന നൽകുന്ന അധികാരം നിങ്ങൾക്കൊപ്പമുണ്ട്. ഭരണഘടന നിങ്ങളെ സഹായിക്കുകയും നയിക്കുകയും ചെയ്യും.''

ദളിതരെയും ഗോത്രവർഗക്കാരെയും മുഖ്യധാരയിലേക്ക് കൊണ്ടുവരാൻ തന്റെ ഈ സ്ഥാനലബ്ധികൊണ്ട് കഴിയുമെന്ന് ദ്രൗപദി മുർമു ആലോചിച്ചു. 'നൂറ്റാണ്ടുകളായി സമൂഹത്തിന്റെ ഓരംപറ്റി കഴിയുന്ന, പുഴുക്കളെപ്പോലെ ഇഴയുന്ന, ആരാലും ശ്രദ്ധിക്കപ്പെടാതെ കിടന്ന ഒരു വലിയ വിഭാഗം ജനത നമ്മുടെ നാട്ടിലുണ്ട്. അവർക്കായി എന്തെങ്കിലും ചെയ്യാൻ തന്റെ ഈ സ്ഥാനംകൊണ്ട് കഴിയും' എന്ന ചിന്തയാണ് ആദ്യം ദ്രൗപദിയിൽ ഉണ്ടായത്. അവർ കൂടെയുള്ളവരോടായി പറഞ്ഞു.

''സ്വാതന്ത്ര്യം ലഭിച്ച് 75 വർഷങ്ങളായിട്ടും ഒരു ഗോത്രവർഗക്കാരിക്ക് ഇങ്ങനെയൊരവസരം ലഭിച്ചിട്ടില്ല. ഒരിക്കലും ഈ നിലയിലെത്തുമെന്ന് ഞാൻ കരുതിയിട്ടുമില്ല. അതിനാൽ തന്നെ ഇപ്പോൾ ഏറെ സന്തോഷം തോന്നുന്നു. എനിക്ക് ഒരുപാട് പ്രതീക്ഷകൾ ഉണ്ട്. എന്റെ ജീവിതത്തിൽ ഈ രാജ്യവും പാർട്ടിയും ദൈവവും ഉണ്ട്. അതുകൊണ്ട് എന്റെ ജീവിതം ഈ രാജ്യത്തിനായി ഞാൻ സമർപ്പിക്കുന്നു.''

ഒരു ഗ്രാമപഞ്ചായത്തിലെ കൗൺസിലർ എന്ന നിലയിൽനിന്ന് ഇന്ത്യൻ റിപ്പബ്ലിക്കിന്റെ പ്രസിഡണ്ടിലേക്കുള്ള മുർമുവിന്റെ യാത്ര 1997 മുതൽ 2022 വരെയുള്ള 25 വർഷങ്ങൾക്കുള്ളിൽ പൂർത്തിയായി എന്നത് ആരെയും അത്ഭുതപ്പെടുത്തും. മര്യാദയുള്ള, ഉത്തരവാദിത്തബോധമുള്ള, കർത്തവ്യനിരതയായ ഒരു രാഷ്ട്രീയ പ്രവർത്തകയുടെ വിജയമായിരുന്നു അത്.

താഴ്മതാനഭ്യുന്നതി

സന്താൾ ഗോത്രവർഗക്കാർ ഇടതിങ്ങി താമസിക്കുന്ന ഒഡിഷയിലെ റായ്രംഗ്പൂർ എന്ന ചെറുപട്ടണത്തിന്നു തൊട്ടടുത്തുള്ള ഉപർബേഡ ഗ്രാമത്തിന് 2022 ജൂലൈ 21 ഒരു വിജയദിവസമായിരുന്നു. കർഷകർ ഒരു ദിവസത്തേക്കു ജോലി നിർത്തി തെരുവിലിറങ്ങി നൃത്തം വെച്ചു. കച്ചവടക്കാർ മധുരപലഹാരങ്ങളുണ്ടാക്കി വിതരണം ചെയ്തു. എങ്ങും ഉത്സവാഘോഷം.

തദ്ദേശപ്രതിനിധിയായി രാഷ്ട്രീയ പ്രവർത്തനമാരംഭിച്ച ദ്രൗപദി മുർമു 25 വർഷങ്ങൾകൊണ്ട് ഇന്ത്യയുടെ രാഷ്ട്രപതിസ്ഥാനത്തെത്തുമ്പോൾ ആഹ്ലാദിക്കാൻ ഉപർബേഡയ്ക്കും റായ്രംഗ്പൂരിനും ഒരുപാട് കാരണങ്ങളുണ്ട്. രണ്ടര പതിറ്റാണ്ടായി ഒഡിഷ, ജാർഖണ്ഡ് അതിർത്തിയിലെ ഗോത്രഗ്രാമങ്ങളുടെ മുഖമാണ് ദ്രൗപദി. സ്പോർട്സിലും ജോലിയിലും മാത്രമല്ല, പൊതുജീവിതത്തിലും മടി കൂടാതെ പുറത്തിറങ്ങി വന്ന സന്താൾ പെൺകുട്ടികളുടെ ആദ്യകാല പ്രതിനിധിയായിരുന്നു ദ്രൗപദി.

കക്ഷിരാഷ്ട്രീയ ഭേദമില്ലാതെ നാട്ടുകാർ ദ്രൗപദിയുടെ വിജയം ആഘോഷമാക്കി. ഗോത്രവാദ്യോപകരണങ്ങളായ ടുംഡയും തമക്കും പട്ടണത്തിന്റെയും ഗ്രാമങ്ങളുടെയും മുക്കിലും മൂലയിലുമുണ്ടായിരുന്നു. പരമ്പരാഗത വസ്ത്രങ്ങളണിഞ്ഞ സ്ത്രീകൾ തെരുവുകളിൽ നൃത്തം ചെയ്തു.

മൺചുവരുകളും. മുളങ്കമ്പുകൾകൊണ്ടുള്ള ചട്ടത്തിനുമീതെ കച്ചിയടുക്കിയ മേൽക്കൂരയുള്ള ഒരു കൊച്ചുവീടിനു മുന്നിൽ ജനം ആർപ്പുവിളികളോടെ തിങ്ങിനിറഞ്ഞു. 340 മുറികളുള്ള രാഷ്ട്രപതിഭവനിലേക്കെത്തിനിൽക്കുന്ന ദ്രൗപദി മുർമുവിന്റെ ജീവിതയാത്രയുടെ തുടക്കം ആ മൂന്നുമുറികൾ മാത്രമുള്ള മുളങ്കമ്പുവീട്ടിൽ നിന്നാണ്.

ഉപർബേഡ ഗ്രാമത്തിലെ ബൈദാപോസിയിലാണ് ദ്രൗപദിയുടെ ജന്മവീട്. കൂട്ടുകുടുംബ വ്യവസ്ഥയിലാണ് അവരുടെ കുടുംബം

കഴിഞ്ഞിരുന്നത്. പഴയ വീടിന്റെ ഒരു ഭാഗം പൊളിച്ചുനീക്കിയിട്ടുണ്ട്. ജനിച്ച വീടിനോട് ചേർന്ന് 2009ൽ ദ്രൗപദി മൂന്നുമുറികളും അത്യാവശ്യ സൗകര്യങ്ങളുമായി മറ്റൊരു വാർപ്പുവീട് പണിതിരുന്നു. അവിടെയും ഏറ്റവും ലളിതമായിരുന്നു ദ്രൗപദിയുടെ ജീവിതം. എം.എൽ.എ ആയിരിക്കെ ഭുവനേശ്വറിൽ നിന്ന് ദ്രൗപദി റായ്‌രംഗ്പൂരിലേക്ക് രാത്രി ബസുകളിൽ യാത്ര ചെയ്യുമായിരുന്നു.

പാർലമെന്റിന്റെ ഇരുസഭകളിലും അംഗമാകാതെ രാഷ്ട്രപതി സ്ഥാനത്തേക്കെത്തുന്ന അപൂർവ്വം പേരിലൊരാളാണ് ദ്രൗപദി മുർമു. രാഷ്ട്രപതിയായി പേരു നിർദ്ദേശിക്കപ്പെട്ടതിന്റെ പിറ്റേന്ന് നിയുക്ത രാഷ്ട്രപതിയെ അന്വേഷിച്ചുചെന്ന പത്രപ്രവർത്തകർ കണ്ടത് റായ്‌രംഗ്പൂരിലെ ശിവക്ഷേത്രം അടിച്ചുവാരുന്ന ദ്രൗപദിയെയായിരുന്നു. ജാർഖണ്ഡ് ഗവർണറുടെ പദവിയിൽനിന്നു വിരമിച്ച് ഗ്രാമത്തിൽ താമസമാക്കിയതിനുശേഷം എന്നും കാണുന്ന ആ കാര്യത്തിൽ ഗ്രാമവാസികൾക്ക് അത്ഭുതമില്ല. രാവിലെ മൂന്നു മണിക്കെണീറ്റ് അൽപ്പം യോഗ ചെയ്തതിനുശേഷം ക്ഷേത്രത്തിലേക്ക്. ക്ഷേത്രമുറ്റം വൃത്തിയാക്കിയതിനുശേഷം കുളിച്ചീറനായി ദർശനം തേടുന്നു.

64 ശതമാനം വോട്ടുകൾ നേടി രാഷ്ട്രപതിസ്ഥാനം നേടിയ ദ്രൗപദി മുർമു മഹാത്മജിയുടെ സമാധിസ്ഥലമായ രാജ്ഘട്ടിൽ പുഷ്പാർച്ചന ചെയ്തതിനുശേഷമാണ് സത്യപ്രതിജ്ഞാ ചടങ്ങിനെത്തിയത്. ആ അവസരത്തിൽ അവർ ധരിച്ചിരുന്ന വസ്ത്രം പോലും ലാളിത്യത്തിന്റെ ചിഹ്നമായിരുന്നു. സഹോദരഭാര്യയായ സുക്രിയാണ് ദ്രൗപദിക്ക് വെള്ളയിൽ പച്ചയും പിങ്കും ബോർഡർ വരുന്ന സന്താളി സാരി സമ്മാനിച്ചത്. ഈ സാരിക്ക് പല പ്രത്യേകതകളും ഉണ്ട്. സന്താളികൾ അവരുടെ പ്രധാന ആഘോഷങ്ങളിലും മതപരമായ ചടങ്ങുകളിലും ഈ വസ്ത്രം ധരിക്കുന്നു. ഇതിന്റെ പ്രധാന പ്രത്യേകത സ്ത്രീകൾക്കും പുരുഷന്മാർക്കും ഇത് ഒരുപോലെ ഉപയോഗിക്കാൻ കഴിയും എന്നതാണ്. സ്ത്രീകൾ സാരിയായി അണിയുമ്പോൾ പുരുഷന്മാർ അത് ദോത്തിയായി ധരിക്കും. ഈ സാരി പ്രധാനമായും വെള്ളനിറത്തിൽ പല നിറങ്ങൾ കൊണ്ടുള്ള ബോർഡറുകൾ കൊടുത്താണ് ഡിസൈൻ ചെയ്യുന്നത്. വലിയ ബോർഡറുകൾ ഇതിന്റെ പ്രത്യേകതയാണ്. ഒഡിഷയിലെ മയൂർഭഞ്ജിൽപ്പെട്ട സന്താളി വിഭാഗക്കാരാണ് കൂടുതലായും ഈ സാരി അണിയുന്നത്.

രാജ്യത്തിലെ എല്ലാ സംസ്ഥാനങ്ങളിൽനിന്നുമുള്ള ജനപ്രതിനിധികളുടെ പിന്തുണയും ദ്രൗപദിക്ക് ലഭിച്ചിരുന്നു. വോട്ടെണ്ണലിന്റെ നാലു ഘട്ടങ്ങളിലും ദ്രൗപദി വ്യക്തമായ മേധാവിത്വം നിലനിർത്തി. ദ്രൗപദിക്ക് 2824 പേരുടെ പിന്തുണ ലഭിച്ചു. വോട്ടുമൂല്യം ആറ് ലക്ഷത്തി എഴുപത്തി ആറായിരത്തി എണ്ണൂറ്റി മൂന്ന്. എതിർസ്ഥാനാർത്ഥിയായ

ഉപർബേഡയിൽ ദ്രൗപദിയുടെ കുടുംബവീട്

യശ്വന്ത് സിൻഹയ്ക്ക് 1877 പേരുടെ പിന്തുണയാണ് ലഭിച്ചത്. വോട്ടു മൂല്യം 380177. ഈ ഉജ്ജ്വല വിജയം ഇന്ത്യാചരിത്രത്തിലെ തന്നെ തിളങ്ങുന്ന അധ്യായമാണ്. പ്രതിപക്ഷനിരയിൽനിന്നു പോലും ദ്രൗപദിക്ക് വോട്ടുകൾ ലഭിച്ചു. എതിർചേരിയിലുള്ള 17 പേരുടെ വോട്ടുകൾ ദ്രൗപദി നേടി. രാഷ്ട്രത്തിന്റെ എഴുപത്തഞ്ചാം വാർഷികം ആഘോഷിക്കുന്ന വേളയിൽ ഒരു ഗോത്രവർഗവനിത പ്രഥമവനിതയായി മാറുന്നത് അഭിമാനംതന്നെയാണ്.

1977-ൽ രാഷ്ട്രീയത്തിലിറങ്ങിയ ദ്രൗപദി 2000ൽ ബി.ജെ.പി സ്ഥാനാർത്ഥിയായി നിയമസഭയിലേക്ക് മത്സരിച്ചു. ബി.ജെ.പി - ബിജു ജനതാദൾ സഖ്യസർക്കാർ അധികാരത്തിൽ വന്നപ്പോൾ ആദ്യം ഗതാഗതമന്ത്രിയായിരുന്നു. പിന്നീട് ഫിഷറീസ് മൃഗസംരക്ഷണ വകുപ്പുകളും കൈകാര്യം ചെയ്തു. കുട്ടിക്കാലത്ത് ഉപർബേഡയിലെ നദി കരകവിഞ്ഞൊഴുകിയതിനാൽ പല ദിവസങ്ങളിലും സ്കൂളിൽ പോകാനാവാതെ കഷ്ടപ്പെട്ടിരുന്ന ദ്രൗപദി ഗതാഗതമന്ത്രിയായപ്പോൾ ആദ്യം ചെയ്തത് ആ നദിക്കു കുറുകെ പാലം കെട്ടുകയായിരുന്നു. പിന്നീട് നല്ല റോഡുകളുണ്ടാക്കി. ഗ്രാമത്തിലേക്ക് വെള്ളമെത്തിക്കാനുള്ള സൗകര്യങ്ങൾ ചെയ്തു.

ബി.ജെ.പി - ബിജെഡി സഖ്യം തകർന്നപ്പോഴും ദ്രൗപദി മുർമു റായ്രംഗ്പൂരിലെ തന്റെ ഭൂരിപക്ഷം നിലനിർത്തി. അത്രമാത്രമായിരുന്നു ജനങ്ങൾക്ക് ദ്രൗപദിയിലുള്ള വിശ്വാസം. 2015ൽ ആദ്യമായി ഗവർണർ പദവി അലങ്കരിക്കുന്ന ഗോത്രവനിത ആയി മാറിയപ്പോഴും ദ്രൗപദിക്ക് കാര്യങ്ങൾ അത്ര എളുപ്പമായിരുന്നില്ല. ആ കാലം പോരാട്ടങ്ങളുടെ കാലമായിരുന്നു.

ശാന്തയായ സന്താൾ

ദ്രൗപദി മുർമുവിന്റെ മാതാപിതാക്കൾ സന്താൾ എന്ന പ്രത്യേക ഗോത്രവിഭാഗത്തിൽപ്പെട്ടവരായിരുന്നു. ഗോണ്ട്, മുണ്ട, ഹോ, ഓറോൺ, ദിൽ, മിന, ബോണ്ട്, നാഗകൾ എന്നിവയുൾപ്പെടുന്ന പ്രധാന ഗോത്രങ്ങളിൽപ്പെട്ടവരാണ് സന്താളുകൾ. ജാർഖണ്ഡ്, ഒഡീഷ, ബീഹാർ, പശ്ചിമബംഗാൾ എന്നീ സംസ്ഥാനങ്ങളിൽ കേന്ദ്രീകരിച്ചിരിക്കുന്ന ഒരു വംശീയ വിഭാഗമാണ് മാഞ്ചികൾ എന്നുമറിയപ്പെടുന്ന സന്താളുകൾ. ഇന്ത്യയുടെ 8.6 ശതമാനത്തോളം വരുന്ന ജനസംഖ്യ ഉണ്ടായിട്ടും അവഗണിക്കപ്പെടുന്ന ഒരു ജനവിഭാഗമായി അവർ മാറി. സാംക്രമിക രോഗങ്ങൾ, പോഷകാഹാരക്കുറവ്, മാനസിക ആരോഗ്യമില്ലായ്മ, മോശം ആരോഗ്യം മൂലമുള്ള മറ്റ് പ്രശ്നങ്ങൾ എന്നിവകൊണ്ടെല്ലാം സന്താളുകൾ കഷ്ടപ്പെടുന്നു.

ഇന്ത്യയിലെ ഏറ്റവും പ്രബലമായ നാടോടി ഗോത്രവിഭാഗമായ സന്താൾ മുമ്പ് ബ്രിട്ടീഷ് സൈന്യത്തിനുപോലും തലവേദനയായിരുന്നു. ശാശ്വത ഭൂനികുതിവ്യവസ്ഥമൂലം ജന്മിമാരുടെ നിരന്തര ചൂഷണത്തിനിരയായതോടെ സന്താളുകൾ പ്രതികരിക്കാൻ തുടങ്ങി. നിർബന്ധിത അടിമവേല അവസാനിപ്പിക്കാൻ അസംഖ്യം സന്താൾ ഗോത്രവർഗക്കാരെ സംഘടിപ്പിച്ച് ബ്രിട്ടീഷുകാർക്കെതിരെ 1855-ൽ കലാപം ആരംഭിച്ച സന്താൾ സഹോദരന്മാരായ സിദ്ദു മുർമുവും കൻഹു മുർമുവും ഇന്നും രാജ്യം ഓർമിക്കുന്ന പോരാളികളാണ്. സമാധാനം എന്നതിന്റെ പര്യായമായ ശാന്ത, മനുഷ്യൻ എന്നർത്ഥം

സന്താൾ നർത്തകർ

വരുന്ന ആല എന്നീ പദങ്ങളിൽനിന്നാണ് സന്താൾ എന്ന പദത്തിന്റെ ഉത്ഭവം.

ഉയർന്ന സാക്ഷരതയുള്ള വിഭാഗമാണ് സന്താളുകൾ. സന്താളിയാണ് ഭാഷ. ഗർഭിണിയായിരിക്കുമ്പോൾ കുടുംബത്തിൽ ആരെങ്കിലും മരിച്ചാൽ സ്ത്രീകൾ കരയാൻ പാടില്ലെന്നത് സന്താളുകളുടെ ആചാരമാണ്. ഗർഭിണിയുടെ ഭർത്താവിന് ശവസംസ്കാരച്ചടങ്ങിൽ പങ്കെടുക്കാനും അനുവാദമില്ല. ഭാര്യ ഗർഭിണിയായിരിക്കുമ്പോൾ ഭർത്താവ് മൃഗങ്ങളെ കൊല്ലാൻ പാടില്ല എന്നതും സന്താളുകളുടെ ആചാരമാണ്. ജാർഖണ്ഡ് മുഖ്യമന്ത്രി ഹേമന്ദ് സോറൻ, കംപ്ട്രോളർ & ഓഡിറ്റർ ജനറൽ ജി.സി. മുർമു, കേന്ദ്ര ഗോത്രകാര്യമന്ത്രി ബിഗേശ്വർ ടുഡു, കേന്ദ്രഭരണപ്രദേശമായ ജമ്മുകാശ്മീരിന്റെ ആദ്യ ലഫ്റ്റനന്റ് ഗവർണറായിരുന്ന ചന്ദ്രമുർമു എന്നിവർ ഈ സമുദായത്തിൽ നിന്നുള്ള പ്രമുഖരാണ്.

ഒലാഹ് എന്ന് വിളിക്കപ്പെടുന്ന സന്താൾ വീടുകൾ വ്യത്യസ്തവും ദൂരെനിന്ന് തിരിച്ചറിയാവുന്നതും ആണ്. പുറംഭിത്തികളിൽ പല നിറങ്ങളിലുള്ള പെയിന്റിങ്ങുകൾ ഉള്ള ഈ വീടുകൾ വലുതും വൃത്തിയുള്ളതും ആകർഷകവും ആണ്. ചുവരിന്റെ അടിഭാഗം കറുത്ത മണ്ണും മധ്യഭാഗം വെള്ളയും മുകൾഭാഗം ചുവപ്പും കൊണ്ടാണ് നിർമിക്കുക. സന്താളുകൾക്ക് സ്വന്തമായി അമ്പലങ്ങൾ ഇല്ല. സർന ജാതിയിൽപ്പെടുന്നവരുടെ ആചാരങ്ങളാണ് ഇവർ പിന്തുടരുന്നത്. പ്രകൃതിയെ ആരാധിക്കുന്നവർ കൂടിയാണ് സന്താളുകൾ.

ദ്രൗപദി മുർമുവിന്റെ ജില്ലയായ മയൂർഭഞ്ജിലാണ് ഏറ്റവും കൂടുതൽ സന്താൾ വിഭാഗക്കാരുള്ളത്. ഗോത്രവർഗക്കാർക്ക് അന്യം എന്ന് കരുതിയ വിദ്യാഭ്യാസം അടക്കം പലതും ദ്രൗപദി പൊരുതിത്തന്നെയാണ് നേടിയത്. ബ്രിട്ടീഷ് കൊളോണിയൽ ഭരണത്തിനെതിരായ പോരാട്ടങ്ങളുടെ മുൻനിരയിലായിരുന്നിട്ടും ഗോത്രവിഭാഗത്തിൽപ്പെട്ട ഒരാൾക്ക് ഇന്ത്യയിലെ ഏറ്റവും ഉയർന്ന പദവിയിലെത്തുന്നതിന് സ്വാതന്ത്ര്യം ലഭിച്ച് 75 വർഷങ്ങൾ കാത്തിരിക്കേണ്ടിവന്നു. എങ്കിലും കുറുക്കുവഴികളല്ല, നിശ്ചയദാർഢ്യത്തിന്റെ കരുത്തും സന്താളിന്റെ പോരാട്ടവീര്യവും തന്നെയാണ് ഇന്ത്യയിലെ ഏറ്റവും പ്രായം കുറഞ്ഞ രാഷ്ട്രപതിയായി ദ്രൗപദിയെ മാറ്റിയത്.

സന്താളിക്കായി
പോരാടിയ ദ്രൗപദി

ദ്രൗപദി മുർമുവിന്റെ മാതൃഭാഷ സന്താളിയാണ്. ഒരു ജനതയുടെ സംസ്കാരവും ചരിത്രവും വാമൊഴിയായി മാത്രം തലമുറകളിലൂടെ നൽകിപ്പോന്ന ഈ ഭാഷയ്ക്ക് ദേശീയ അംഗീകാരം ലഭിച്ചതിനു പിന്നിൽ ദ്രൗപദി മുർമുവിന്റെയും കഠിനപ്രയത്നമുണ്ട്.

ᱚ (a)	ᱛ (at)	ᱜ (ag)	ᱝ (ang)	ᱞ (al)
ᱟ (aa)	ᱠ (ak)	ᱡ (aj)	ᱢ (am)	ᱣ (aw)
ᱤ (I)	ᱥ (is)	ᱦ (ih)	ᱧ (inj)	ᱨ (ir)
ᱩ (u)	ᱪ (uch)	ᱫ (ud)	ᱬ (un)	ᱭ (uy)
ᱮ (e)	ᱯ (ap)	ᱰ (ad)	ᱱ (an)	ᱲ (al)
ᱳ (o)	ᱴ (ot)	ᱵ (ob)	ᱶ (ow)	ᱷ (Oh)

സന്താളി ലിപി (ഓൾചിക്കി)

ബംഗാളി സംസാരിക്കുന്ന ബംഗാളികൾ ഉപയോഗിക്കുന്ന സോന്തർ എന്ന രൂപവുമായി പൊരുത്തപ്പെടുന്ന ഹിന്ദിയിൽനിന്ന് സ്വീകരിച്ച ഒരു പേരാണ് സന്താൾ. മിക്ക നരവംശശാസ്ത്രജ്ഞന്മാരും പറയുന്നത് സന്താളല്ലാത്തവർ നൽകിയ പേരാണ് സന്താൾ എന്നാണ്. പതിനെട്ടാം നൂറ്റാണ്ടിൽ ബ്രിട്ടീഷ് കൊളോണിയലിസ്റ്റുകളും പാശ്ചാത്യമിഷനറിമാരും ഇന്ത്യയിലേക്ക് വരുന്നതിനു മുമ്പുള്ള കാലത്തെക്കുറിച്ച് അവർക്ക് എഴുതപ്പെട്ട രേഖകളൊന്നും തന്നെയില്ല. അതിനുമുമ്പ് അവർ അവരുടെ ചരിത്രവും ആചാരങ്ങളും പാരമ്പര്യവും കഥകളിലൂടെയും പാട്ടിലൂടെയും ഐതിഹ്യങ്ങളിലൂടെയും വാമൊഴിയായി കൈമാറി. അവർക്ക് സ്വന്തമായി വളരെക്കാലം ലിപി ഇല്ലായിരുന്നു. എന്നാൽ സന്താളുകളുടെ ഉദ്ഭവം, കുടിയേറ്റം, ചരിത്രം, മഹത്വം എന്നിവ കണ്ടെത്തുന്നതിനുള്ള സ്രോതസ്സുകളിലൊന്നായ സന്താളി ഭാഷ ഇന്ന് വളരെയധികം പുരോഗമിച്ചിട്ടുണ്ട്.

പണ്ഡിറ്റ് രഘുനാഥ് മുർമു

സന്താളി ഭാഷയുടെ ചരിത്രത്തിൽ ഒഡിഷയിലെ റായ്രംഗ്പൂർ എന്ന കൊച്ചുപട്ടണത്തിന് ഇന്ന് വലിയ സ്ഥാന മുണ്ട്. കാരണം റായ്രംഗ്പൂരിനടു ത്തുള്ള ദണ്ട്ബോസെ ഗ്രാമക്കാരനായ പണ്ഡിറ്റ് രഘുനാഥ് മുർമു ആണ് 1925ൽ ഈ ഭാഷയ്ക്കായി ലിപി തയ്യാറാക്കി യത്. അദ്ദേഹം തന്റെ ഇരുപതാം വയ സ്സിലാണ് 'ഓൾചിക്കി' എന്ന ലിപി സന്താളി ഭാഷയ്ക്കായി തയ്യാറാക്കി യത്.

സ്വന്തമായ ലിപി ഉണ്ടായിട്ടും സ്വതന്ത്ര ഇന്ത്യയിൽ സന്താളിക്ക് ദേശീയ തലത്തിൽ ഔദ്യോഗിക അംഗീകാരം ലഭിച്ചിരുന്നില്ല. ഒട്ടേറെ വലിയ പ്രക്ഷോഭങ്ങൾ നടന്നെങ്കിലും ഫലമുണ്ടായില്ല. 2000ൽ ആദ്യ മായി നിയമസഭാംഗമായപ്പോൾ ഇക്കാര്യത്തിൽ ഗൗരവമായി ഇട പെടാൻ ദ്രൗപദി മുർമു തീരുമാനിച്ചു. മുഖ്യമന്ത്രി അധ്യക്ഷനായ ഗോത്രവർഗ ഉപദേശകസമിതിയിൽ പലവട്ടം ഇക്കാര്യമുന്നയിച്ചു.

ബാലേശ്വറിൽ നിന്നുള്ള എം.പി. ഖാരവേലസ്വെയ്ൻ ഇടപെട്ട് അന്നത്തെ പ്രധാനമന്ത്രി മൻമോഹൻ സിംഗുമായി ഒരു കൂടിക്കാഴ്ച തരപ്പെടുത്തി. സന്താളി ഭാഷയെപ്പറ്റി ഏറെ കൗതുകത്തോടെ കാര്യ ങ്ങൾ അന്വേഷിച്ചറിഞ്ഞ പ്രധാനമന്ത്രി ഈ ആവശ്യം പരിഗണിക്കാ മെന്ന് പറയുകയും ചെയ്തു. പിന്നീട് പശ്ചിമബംഗാളിൽനിന്നുള്ള എം.പി. രാമചന്ദ്രഡോം ലോക്സഭയിൽ ഇതേ ആവശ്യവുമായി പ്രമേയം അവതരിപ്പിച്ചു. 2003ൽ ഭരണഘടനയുടെ എട്ടാം പട്ടികയി ലുള്ള ഭാഷകളുടെ കൂട്ടത്തിലേക്ക് സന്താളിയും കടന്നുവന്നു. അങ്ങനെ ദ്രൗപദിയുടെ പ്രവർത്തനങ്ങൾക്ക് ഫലമുണ്ടായി. ഗോത്രഭാഷക ളെയും സംസ്കാരത്തെയും കുറിച്ച് പ്രസിദ്ധീകരിച്ച രചനകൾ വിവർ ത്തനം ചെയ്യണമെന്നും ഗോത്രവർഗ എഴുത്തുകാർക്ക് അർഹമായ ബഹുമാനം നൽകണമെന്നും ദ്രൗപദി മുർമു ആഹ്വാനം ചെയ്തു. ലോക്കോബോദ്ര, രഘുനാഥ് മുർമു എന്നീ മഹദ്വ്യക്തികളുടെ സംഭാവനകളെ എന്നും ദ്രൗപദി പ്രശംസിച്ചിരുന്നു.

അറിവ് ആയുധമാക്കിയ ദ്രൗപദി

നമ്മുടെ ഭാരതത്തിലെ ചില വിഭാഗങ്ങൾക്ക് എത്രയോ നൂറ്റാണ്ടുകളായി വിദ്യാഭ്യാസം നേടാനുള്ള അവകാശം നിഷേധിക്കപ്പെട്ടു. അറിവില്ലാത്ത അവരെ സമൂഹത്തിലെ താഴേക്കിടയിലുള്ളവരായി മറ്റുള്ളവർ കണക്കാക്കി. ഉയർന്ന വിഭാഗക്കാരെന്ന് സ്വയം കരുതിയവർ താഴെ തട്ടിലുള്ളവർ ഒരിക്കലും വിദ്യ അഭ്യസിക്കാതിരിക്കാൻ ശ്രദ്ധ പുലർത്തുകയും ചെയ്തു. അങ്ങനെ നൂറ്റാണ്ടുകളായി സമൂഹത്തിന്റെ മുൻനിരയിലേക്ക് വരാനാവാത്ത ഒരുകൂട്ടം ജനത നമുക്കു ചുറ്റും ഉണ്ടായിവന്നു. അതാണ് കഴിഞ്ഞുപോയ കാലത്തിന്റെ ചരിത്രം. ലോകത്തിലെ ഏറ്റവും വലിയ ജനാധിപത്യരാഷ്ട്രമായ ഇന്ത്യയിലെ രാഷ്ട്രപതിയായി ഗോത്രവർഗ വനിതയായ ദ്രൗപദി മുർമു സ്ഥാനമേൽക്കുമ്പോൾ അതിനൊരു മറുചരിത്രം കുറിക്കപ്പെടുകയാണ്.

ഉപർബേഡയിലെ ഒരു സാധാരണ കുടുംബത്തിൽ ജനിച്ച ദ്രൗപദിക്ക് അറിവിനോട് അടങ്ങാത്ത ആർത്തിയായിരുന്നു. ആ ദാഹം തന്നെയാണ് ദ്രൗപദിയെ ഇന്ത്യയുടെ രാഷ്ട്രപതി പദവിയിലെത്തിച്ചത്. ഈ ആധുനിക കാലത്ത് പോലും വൈദ്യുതി എത്തിയിട്ടില്ലാത്ത അതീവ പിന്നാക്കമായ ഗ്രാമത്തിൽ ജനിച്ച ദ്രൗപദി ജീവിതത്തോട് സമരം ചെയ്തുകൊണ്ടാണ് വിദ്യാഭ്യാസം നേടിയത്. കാർത്തിക് മാജി എന്ന മന്ത്രി പങ്കെടുത്ത ചടങ്ങിൽ എനിക്ക് സ്കൂളിൽ പഠിക്കണമെന്ന് പറഞ്ഞ് സർട്ടിഫിക്കറ്റുകളുമായി പങ്കെടുത്ത ദ്രൗപദിയുടെ യാത്ര എത്തിച്ചേർന്നത് റെയിസിനാ കുന്നിലെ രാഷ്ട്രപതി മന്ദിരത്തിലായിരുന്നു.

ജനാധിപത്യ ലോകത്തിനു ചില വലിയ സന്ദേശങ്ങൾ നൽകിക്കൊണ്ടാണ് ദ്രൗപദി മുർമു രാഷ്ട്രപതി സ്ഥാനത്തേക്ക് കയറിച്ചെല്ലുന്നത്. അതിൽ ഏറ്റവും വലുത് വിദ്യാഭ്യാസത്തിന്റെ പ്രാധാന്യം തന്നെയാണ്. അധ്യാപനത്തിൽ നിന്ന് രാഷ്ട്രീയത്തിലേക്കും ഒടുവിൽ രാഷ്ട്രപതി പദത്തിലേക്കും എത്തിയ ജീവിതവഴിയിൽ ദ്രൗപദി ഏഴാം ക്ലാസ്സ് വരെ ഉപർബേഡ സ്കൂളിലാണ് പഠിച്ചത്. പിന്നീട്

എസ്.എൽ.എസ്. വിദ്യാലയത്തിൽ സ്ഥാപിച്ചിരിക്കുന്ന ദ്രൗപദി മുർമുവിന്റെ ഭർത്താവിന്റെയും മക്കളുടെയും അർദ്ധകായ പ്രതിമകൾ

മന്ത്രി കാർത്തിക് മാജിയുടെ സഹായത്തോടെ ഭുവനേശ്വറിലെ സ്കൂളിൽ ചേർന്നു ഹൈസ്കൂൾ പഠനം പൂർത്തിയാക്കി. പിന്നീട് രമാദേവി വിമൻസ് കോളേജിൽ നിന്ന് ബി.എ ജയിച്ചു. ആദ്യം സെക്രട്ടേറിയറ്റിൽ ജൂനിയർ അസിസ്റ്റന്റായും പിന്നീട് റായ്രംഗ്പൂർ അരബിന്ദോ ഇന്റഗ്രൽ എഡുക്കേഷൻ സെന്ററിൽ അധ്യാപികയും ആയി. ഇന്ത്യയിലെ ഓരോ പൗരനും ഒരു രാഷ്ട്രനിർമാതാവാണെന്നും നമ്മൾ ഓരോരുത്തരും ഇന്ത്യയുടെ ക്ഷേമത്തിന്റെയും വരും തലമുറകൾക്ക് കൈമാറുന്ന പൈതൃകത്തിന്റെയും സംരക്ഷകരാണെന്നും ദ്രൗപദി മുർമു വിശ്വസിക്കുന്നു. എല്ലാവർക്കും ഡിജിറ്റൽ സാക്ഷരതയുള്ള വ്യാവസായികവൽക്കരിക്കപ്പെട്ട ഇന്ത്യയാണ് ഭാവിയിലെ അവരുടെ കാഴ്ചപ്പാടിലെ ഇന്ത്യ.

ഓരോ പെൺകുട്ടിയെയും പഠിപ്പിക്കുക എന്നത് ദ്രൗപദി മുർമു സ്വപ്നം കാണുക മാത്രമല്ല, ഒരു ദൗത്യമായി ഏറ്റെടുത്ത് അത് ഉത്സാഹത്തോടെ നടപ്പിലാക്കുകയും ചെയ്തു. പെൺകുട്ടികൾക്കായി കൂടുതൽ വിദ്യാഭ്യാസ സ്ഥാപനങ്ങൾ ഉണ്ടാകണമെന്നത് അവരുടെ ആഗ്രഹമായിരുന്നു. ഒരിക്കൽ പ്രധാനമന്ത്രിയെ കണ്ടപ്പോൾ അവശേഷിക്കുന്ന പെൻഷൻ തുക ഉപയോഗിച്ച് ഒരു വിദ്യാഭ്യാസ സ്ഥാപനം തുടങ്ങാൻ സഹായിക്കണമെന്ന് അഭ്യർത്ഥിക്കുകകൂടി ചെയ്തു.

2015 ജൂലൈ 5ന് ഗവർണറായിരിക്കെ ദ്രൗപദി മുർമു നടത്തിയ പ്രസംഗത്തിൽ ഇങ്ങനെ പറഞ്ഞു.

''ഓരോ മനുഷ്യന്റെയും ജീവിതത്തിൽ വിദ്യാഭ്യാസം വളരെ പ്രധാനമാണ്. വ്യക്തിപരവും സാമൂഹികവുമായ വികസനത്തിന് അത് അത്യാവശ്യവുമാണ്. ഒരു വികസിത സമൂഹം സ്ഥാപിക്കുന്നതിനുള്ള ശക്തമായ മാധ്യമമാണ് വിദ്യാഭ്യാസം. വിദ്യാഭ്യാസം നേടാനുള്ള കഠിനാധ്വാനത്തിൽനിന്നും മടി വിചാരിച്ച് ഒരിക്കലും ഒളിച്ചോടരുത്. വിദ്യാഭ്യാസം ഒരു വ്യക്തിയുടെ വ്യക്തിത്വവും സ്വഭാവവും വികസിപ്പിക്കുന്നു. മനുഷ്യരിൽ ഉത്തരവാദിത്തബോധം വളർത്തുന്നതിനുള്ള ശക്തമായ മാധ്യമമാണ് വിദ്യാഭ്യാസം. അത് ശരിയും തെറ്റും മനസ്സിലാക്കാനും ദാരിദ്ര്യവും അജ്ഞതയും തുടച്ച് നീക്കി വിജയങ്ങൾ നേടാനും നമ്മെ സഹായിക്കും.''

ഒരു ഗവർണർ എന്ന നിലയിൽ വിദ്യാഭ്യാസത്തിൽ, പ്രത്യേകിച്ച് ആദിവാസികളുടെ വിദ്യാഭ്യാസത്തിൽ ദ്രൗപദി മുർമു വളരെയധികം ശ്രദ്ധ കേന്ദ്രീകരിച്ചു. റാഞ്ചി സർവ്വകലാശാലയിൽ ജൻജാതി ഭാഷാ വകുപ്പ് (ഗോത്രഭാഷാവകുപ്പ്) സ്ഥാപിക്കുന്നതിന് അവർ പ്രയത്നിച്ചു. ദ്രൗപദി തന്റെ ഭാഷയെ ആരാധിക്കുന്നവളാണ്. പക്ഷേ ഹിന്ദിയെയും അനുകൂലിക്കുന്നു. 2020 ഒക്ടോബർ 15ന് നടന്ന ഒരു വീഡിയോ കോൺഫറൻസിൽ ദ്രൗപദി ഇങ്ങനെ പറഞ്ഞു.

''ഓരോ ഇന്ത്യക്കാരനും ഹിന്ദി പഠിക്കണമെന്ന് മാത്രമല്ല, ആ ഭാഷയെ ബഹുമാനിക്കാനുംകൂടി പഠിക്കണം.''

ഗവർണറായിരിക്കെ ദുർബലവിഭാഗങ്ങളിൽനിന്നുള്ള പെൺകുട്ടികൾക്കായി കേന്ദ്രം നടത്തുന്ന റസിഡൻഷ്യൽ സ്കൂളുകളായ കസ്തൂർബാ വിദ്യാലയങ്ങളിലെല്ലാം ദ്രൗപദി സന്ദർശനം നടത്തിയിരുന്നു. വളരെ താൽപര്യത്തോടെ അവിടെയുള്ള പെൺകുട്ടികളുമായി സംസാരിച്ചിരുന്നത് ആ കുട്ടികൾക്കും പ്രചോദനമായിരുന്നു.

വിദ്യാഭ്യാസംകൊണ്ടേ ആർക്കും ഉയരാൻ കഴിയൂ എന്ന് വിശ്വസിച്ചതുകൊണ്ടുതന്നെയാണ് ഭർത്താവിനും മക്കൾക്കും ഉചിതമായ ഒരു സ്മാരകം ഉണ്ടാക്കണമെന്ന ആഗ്രഹം തോന്നിയപ്പോൾ ദ്രൗപദി മുർമു ഒരു സ്കൂൾ സ്ഥാപിക്കുന്നതിനെക്കുറിച്ച് ചിന്തിച്ചത്. ആൺകുട്ടികളെപ്പോലെതന്നെ പെൺകുട്ടികളും പഠിച്ച് സമൂഹത്തിന്റെ മുൻനിരയിലേക്ക് ഉയർന്നുവരണമെന്ന ആഗ്രഹം അവർ തന്റെ എല്ലാ പ്രസംഗങ്ങളിലും ഉദ്ഘോഷിച്ചു. ജീവിതവിജയത്തിന്റെ താക്കോൽ അറിവാണെന്ന് കരുതുന്ന ദ്രൗപദി എല്ലാവരെയും അറിവിന്റെ ശക്തി പഠിപ്പിക്കാൻ ശ്രമിച്ചു. സ്വയം പഠിക്കുകയും മറ്റുള്ളവരെ പഠിക്കാൻ പ്രേരിപ്പിക്കുകയും പഠിപ്പിക്കുകയും ചെയ്തു. തന്റെ ജീവിതം മാതൃകയാക്കി ദ്രൗപദി മുർമു മറ്റുള്ളവരെ നിരന്തരം പ്രചോദിപ്പിച്ചുകൊണ്ടിരുന്നു.

മഹാത്മജിയുടെ സ്വപ്നം

'ദലിത് സമൂഹത്തിൽ നിന്നൊരാൾ രാഷ്ട്രപതി സ്ഥാനത്ത് എത്തുന്ന ദിവസം മാത്രമേ ഇന്ത്യയ്ക്ക് പൂർണസ്വാതന്ത്ര്യം ലഭിച്ചതായി കണക്കാക്കാൻ കഴിയുകയുള്ളൂ' എന്ന മഹാത്മാഗാന്ധിയുടെ വാക്കുകൾ 1997ൽ കെ.ആർ. നാരായണനിലൂടെയാണ് യാഥാർത്ഥ്യമായത്. 20 വർഷത്തിനുശേഷം രാംനാഥ് കോവിന്ദിലൂടെ രണ്ടാമതൊരു ദലിത് നേതാവുകൂടി ഭാരതത്തിന്റെ പ്രഥമപൗരപദവിയിലെത്തി. ഇപ്പോൾ ഗോത്രവർഗത്തിൽ നിന്നൊരാൾ രാഷ്ട്രപതിയായി തിരഞ്ഞെടുക്കപ്പെടുമ്പോൾ മഹാത്മജി കണ്ട സ്വപ്നം കൂടുതൽ പ്രകാശമാനമാകുന്നു.

തന്റെ ആശ്രമത്തിൽ ദീർഘകാലം താമസിച്ചിരുന്ന ആന്ധ്രക്കാരനായ ദളിത് ബാലൻ ചക്രയ്യയുടെ സ്മരണാർത്ഥം നടന്ന പ്രാർത്ഥനായോഗത്തിൽവെച്ച് 1947 ജൂൺ 2ന് മഹാത്മജി പറഞ്ഞു.

''സ്വതന്ത്ര ഇന്ത്യയിലെ ആദ്യരാഷ്ട്രപതിയെ തിരഞ്ഞെടുക്കാൻ എനിക്കവസരം ലഭിക്കുകയാണെങ്കിൽ ഈ ചക്രയ്യ എന്ന ദളിത് ബാലൻ ജീവിച്ചിരിക്കുകയാണെങ്കിൽ ഞാൻ അവന്റെ പേരു നിർദ്ദേശിച്ചേനേ.'' ഇതുമാത്രമായിരുന്നില്ല; 1947 ജൂൺ 27ന് ഒരു പൊതു സമ്മേളനത്തിൽവെച്ച് ഗാന്ധി പ്രഖ്യാപിച്ചു.

''എനിക്ക് നിർദ്ദേശിക്കാൻ ഒരവസരം കിട്ടുകയാണെങ്കിൽ, എനിക്ക് പൂർണ അധികാരമുണ്ടെങ്കിൽ ഈ ഇന്ത്യൻ റിപ്പബ്ലിക്കിന്റെ പ്രസിഡണ്ട് ധീരയും സുചരിതയുമായ ഒരു ഭാംഗി(തൂപ്പുകാരി) പെൺകുട്ടിയായിരിക്കും. 17 വയസ്സുള്ള ഒരു ഇംഗ്ലീഷ് പെൺകുട്ടിക്ക് ബ്രിട്ടീഷ് രാജ്ഞിയാകാൻ കഴിയുമെങ്കിൽ, അവർക്ക് പിന്നീട് ഇന്ത്യയുടെ കൂടി ചക്രവർത്തിനി ആകാൻ കഴിയുമെങ്കിൽ ജനങ്ങളോട് സ്നേഹമുള്ള കുറ്റമറ്റ സ്വഭാവസവിശേഷതകളുള്ള ഒരു പെൺകുട്ടി ഇന്ത്യൻ റിപ്പബ്ലിക്കിന്റെ പ്രസിഡണ്ടാകാതിരിക്കാൻ മറ്റൊരു കാരണവുമില്ല.''

ഇന്ത്യയിൽ ആരും ഉയർന്നവരല്ല ആരും താഴ്ന്നവരുമല്ല മറിച്ച് എല്ലാവരും സമന്മാരാണ് എന്ന് ലോകത്തിനു കാണിച്ചുകൊടുക്കാൻ ഗാന്ധിജി ആഗ്രഹിച്ചു.

പ്രധാനമന്ത്രി നരേന്ദ്രമോദിയൊടൊപ്പം ദ്രൗപദി മുർമു

''എന്റെ സ്വപ്നത്തിലെ പെൺകുട്ടി രാഷ്ട്രപതിയായാൽ ഞാൻ അവളുടെ സേവകനായിരിക്കും. ജവഹർലാലിനെയും സർദാർ പട്ടേലിനെയും രാജേന്ദ്രബാബുവിനെയും ഞാൻ അവളുടെ മന്ത്രി മാരാക്കും. അങ്ങനെ അവളുടെ സേവകരാക്കി മാറ്റും.''

ഗാന്ധിജിയുടെ സ്വപ്നം സ്വപ്നമായിത്തന്നെ തുടർന്നു. മഹാത്മാ ഗാന്ധിയുടെ ചെറുമകനും എഴുത്തുകാരനും പണ്ഡിതനുമായ രാജ്മോഹൻ ഗാന്ധിയുടെ Why Gandhi Still Matters: An Appraisal of the Mahatma's Legacy എന്ന പുസ്തകത്തിൽ ഗാന്ധിജിയുടെ ഈ സ്വപ്നത്തെ ഒന്നുകൂടി വിശദമാക്കുന്നു. അതിലൂടെ ഗാന്ധി പറയുന്നു.

''രാഷ്ട്രപതിയായി ഞാൻ തിരഞ്ഞെടുക്കാൻ ആഗ്രഹിക്കുന്ന ആ ദളിത് പെൺകുട്ടി സീതയെപ്പോലെ പരിശുദ്ധയായിരിക്കണം. അവളുടെ കണ്ണുകൾ പ്രകാശം പരത്തണം. നാമെല്ലാവരും അവളെ അഭിവാദ്യം ചെയ്യുകയും ലോകത്തിന് മുന്നിൽ പുതിയ ഒരു മാതൃക കാണിക്കുകയും ചെയ്യും.''

1928ലെ ആംസ്റ്റർഡാം ഒളിമ്പിക്സിൽ സ്വർണമെഡൽ നേടിയ ഇന്ത്യൻ ഹോക്കി ടീമിന്റെ നായകനും ആദിവാസി മഹാസഭയുടെ പ്രവർത്തകനുമായ ജയ്പാൽ മുണ്ടയും ഗാന്ധിജിയുടെ അഭിപ്രായത്തെ പിന്തുണച്ചു. 1946 ഡിസംബർ 19ന് ഭരണഘടനാപ്രമേയത്തെ സ്വാഗതം ചെയ്തുകൊണ്ട് നടത്തിയ പ്രസിദ്ധമായ പ്രസംഗത്തിൽ അദ്ദേഹം ഇങ്ങനെ പറഞ്ഞു.

''ഒരു ആദിവാസി എന്ന നിലയിൽ ഈ പ്രമേയത്തിന്റെ നിയമപരമായ സങ്കീർണതകൾ എനിക്കറിയില്ല. ഏതെങ്കിലും ഒരു കൂട്ടം ജനതയോട് ഇന്ത്യക്കാർ മോശമായി പെരുമാറിയിട്ടുണ്ടെങ്കിൽ അത് ഞങ്ങൾ ആദിവാസികളോടാണ്. ആറായിരം വർഷമായി ചവിട്ടി അരയ്ക്കപ്പെടുകയാണ് എന്റെ ജനങ്ങൾ. പുതുതായി കടന്നുവന്നവർ സിന്ധുനദി തീരത്തുനിന്ന് ഞങ്ങളെ കാട്ടിലേക്ക് ആട്ടിയോടിച്ചു. എന്റെ ജനങ്ങളുടെ ചരിത്രം ചൂഷണത്തിന്റെയും പലായനത്തിന്റെയും കഥയാണ്. നമ്മൾ പുതിയൊരധ്യായത്തിലേക്ക് കടക്കുകയാണ്. തുല്യനീതിയും തുല്യ അവസരങ്ങളുമുള്ള ആരും അവഗണിക്കപ്പെടാത്ത സ്വതന്ത്ര ഇന്ത്യയെന്ന പുതിയ അധ്യായം. ഈ ഭരണഘടനാ അസംബ്ലിയിൽ കൂടുതൽ ആദിവാസികളെ കൊണ്ടുവരാൻ പറ്റുന്ന നിയമങ്ങൾ ഉണ്ടാകണം. ആദിവാസികൾ എന്നതുകൊണ്ട് ഞാൻ ഉദ്ദേശിക്കുന്നത് പുരുഷന്മാരെ മാത്രമല്ല, സ്ത്രീകളെയും കൂടിയാണ്. കൂടുതൽ സ്ത്രീകൾക്ക് പൊതുരംഗങ്ങളിൽ വരാൻ അവസരം ലഭിക്കണം.

കൂടുതൽ ആദിവാസി പ്രാതിനിധ്യം, കൂടുതൽ സ്ത്രീ പ്രാതിനിധ്യം എന്ന ഗാന്ധിജിയുടെയും ജയ്പാൽ മുണ്ടയുടെയും ഇരട്ട ആഗ്രഹങ്ങളുടെ സാക്ഷാത്കാരമാണ് ദ്രൗപദി മുർമുവിന്റെ പ്രഥമ വനിതാപദം. പക്ഷേ അതിന് സ്വാതന്ത്ര്യം ലഭിച്ചിട്ട് നീണ്ട 75 വർഷങ്ങൾ ഇന്ത്യ കാത്തിരിക്കേണ്ടി വന്നു.

അവഗണിക്കപ്പെട്ട അതിദരിദ്രരുടെ പ്രതിനിധി ഈ രാജ്യത്തിന്റെ പരമോന്നത അധികാരപദവിയിൽ എത്തിച്ചേരണമെന്ന രാഷ്ട്രപിതാവിന്റെ ആഗ്രഹം സഫലമാകുന്നത് സ്വാതന്ത്ര്യത്തിന്റെ അമൃതമഹോത്സവം ആഘോഷിക്കുന്ന ദിനങ്ങളിലൊന്നിലാണ്. ദ്രൗപദി മുർമുവിന്റെ നേട്ടം തീർച്ചയായും ആദിവാസി ഗോത്ര വിഭാഗങ്ങളിലും ദരിദ്രജനതയിലും ആത്മവിശ്വാസമുണർത്തും. ഏതു ജനവിഭാഗത്തിനും അവർ ആഗ്രഹിക്കുന്നതും അർഹിക്കുന്നതുമായ വിജയം നേടണമെങ്കിൽ അവർ ആദ്യമായി നേടേണ്ടത് ആത്മവിശ്വാസമാണ്. അവനവന്റെ കഴിവുകൊണ്ട് ഓരോ വ്യക്തിയും അവരുടെ പരിമിതികളെ വിജയപൂർവം തരണം ചെയ്യണമെന്ന് അവരെയും മറ്റുള്ളവരെയും ബോധ്യപ്പെടുത്താൻ ദ്രൗപദി മുർമുവിന്റെ രാഷ്ട്രപതിസ്ഥാനം തീർച്ചയായും സഹായിക്കും എന്നതിൽ സംശയമില്ല.

എളിമയുടെ ആൾരൂപം

മയൂർഭഞ്ച് ജില്ലയിലെ റായ്രംഗ്പൂർ മുനിസിപ്പാലിറ്റിയിലെ ഓരോ മൺതരിയും ദ്രൗപദിയെ ഓർത്ത് അഭിമാനിക്കും. അനുയായികളും നാട്ടുകാരും ഒരുപോലെ സ്നേഹത്തോടെ അവളെ ദീദി എന്നു വിളിക്കുന്നു. ഉപർബേഡ ഗ്രാമത്തിലെ സ്ത്രീകൾക്ക് ദ്രൗപദിയെപ്പറ്റി പറയാൻ നൂറുനാവാണ്.

''അവൾ ഞങ്ങളുടെ മകളാണ്. ഈ ഗ്രാമത്തിലേക്ക് വെള്ളവും റോഡുകളും കൊണ്ടുതന്നത് ആ മകളാണ്. എല്ലാ കുടുംബത്തിന്റെയും മകളായ അവൾ എപ്പോൾ ഗ്രാമത്തിൽ വന്നാലും ഞങ്ങളെ

റായ്രംഗ്പൂരിലെ ശിവക്ഷേത്രം വൃത്തിയാക്കുന്ന ദ്രൗപദി മുർമു

എല്ലാവരെയും കാണാതെ പോകില്ല. ഞങ്ങളുടെ വീട്ടിൽ ഇരുന്നാണ് അവളും ഭക്ഷണം കഴിക്കുന്നത്.

ദ്രൗപദി മുർമു 2000ൽ ഒഡിഷ മുഖ്യമന്ത്രി നവീൻ പട്നായിക്കിന് രാഖി കെട്ടുന്ന ഒരു ഫോട്ടോ കാണാം. നവീൻ പട്നായ്ക്ക് മുഖ്യ മന്ത്രിയാണ്; ദ്രൗപദി ബി.ജെ.പി. യിൽ നിന്നുള്ള എം.എൽ.എയും. നവീൻ പട്നായ്ക്കിനെക്കുറിച്ച് ദ്രൗപദി പറയുന്നത് ഇങ്ങനെയാണ്. ''അദ്ദേഹം ജഗന്നാഥനാണ് ഞാൻ അദ്ദേഹത്തിന്റെ സഹോദരി സുഭദ്രയാണ്. ഞാൻ ആവശ്യപ്പെടുന്നതിന് മുൻപ് തന്നെ എന്റെ സഹോദരൻ എനിക്ക് പിന്തുണയുടെ സമ്മാനം തന്നിരുന്നു. വിദേശ ത്തായിരുന്നപ്പോഴും അദ്ദേഹം എന്നോട് ഫോണിൽ വിളിച്ച് എന്റെ കാര്യങ്ങൾ അന്വേഷിച്ചു. ഞാൻ വെറുമൊരു ഗ്രാമീണ വനിതയാണ്. പല കാര്യങ്ങളിലും മാർഗനിർദേശമായി അദ്ദേഹം എന്റെ കൂടെ നിന്നു. പിന്നീട് ഞാൻ മന്ത്രിയായി ഒരുപാടുനാൾ അദ്ദേഹത്തിന്റെ കീഴിൽ ജോലി ചെയ്തു.''

ജാർഖണ്ഡ് മുഖ്യമന്ത്രി ഹേമന്ദ് സോറൻ പോലും ദ്രൗപദിയെ അഭിസംബോധന ചെയ്യുന്നത് ദീദി എന്നാണ്. കക്ഷിഭേദമില്ലാതെ എല്ലാവരുമായും ദ്രൗപദി സ്നേഹബന്ധം പുലർത്തുകയും എല്ലാ വരോടും എളിമയോടെ പെരുമാറുകയും ചെയ്തു. ഒഡിഷയിലും സന്താളിയിലും മികച്ച പാണ്ഡിത്യമുള്ള ദ്രൗപദി ഒരു പ്രഭാഷക കൂടിയാണ്.

രാഷ്ട്രപതിയായി നാമനിർദേശം ചെയ്യപ്പെട്ട വാർത്ത അറിഞ്ഞ തിനുശേഷം ദ്രൗപദി എന്നത്തെയും പോലെ റായ്രംഗ്പൂരിലെ ശിവ ക്ഷേത്രത്തിലെത്തുകയും തറ തൂത്തുവാരുകയും ചെയ്തു. ക്ഷേത്ര മുറ്റത്തെ നന്ദിപ്രതിമയുടെ ചെവിയിൽ മന്ത്രങ്ങൾ ഉരുവിട്ടശേഷം ക്ഷേത്രദർശനം നടത്തി. അതിനുശേഷം ലാഹിറ എന്ന ഗോത്ര ആരാധനാസ്ഥലം സന്ദർശിച്ചു. സന്താളുകളുടെ ആരാധനാ സ്ഥല മാണ് ലാഹിറ.

ജന്മദിനസമ്മാനമായാണ് ദ്രൗപദി മുർമുവിന് രാഷ്ട്രപതി നാമ നിർദ്ദേശം ലഭിച്ചത്. അന്ന് നിങ്ങൾ ദ്രൗപദി മുർമുവിന്റെ വീട്ടിലേക്കു ചെല്ലുകയാണെങ്കിൽ അന്നും വീട്ടുജോലികളിൽ ഏർപ്പെട്ടിരിക്കുന്ന വീടിന്റെ മുറ്റത്ത് പൊഴിഞ്ഞുവീണ ഇലകൾ പെറുക്കിയെടുത്ത് വൃത്തിയാക്കുന്ന ഒരു സാധാരണ സ്ത്രീയെ നിങ്ങൾക്ക് കാണാൻ സാധിക്കും. അകത്തു കടന്നാൽ ഏപ്രൺപോലെ കെട്ടിയ തുണി യിൽ മഞ്ഞൾ പുരണ്ട കൈകൾ തുടച്ചുകൊണ്ട് കട്ടൻചായയാണോ പാൽച്ചായയാണോ, എന്ന് ചോദിച്ചുകൊണ്ട് അവർ നിങ്ങളെ എതി രേൽക്കും. 2021ൽ ജാർഖണ്ഡിന്റെ ഗവർണറായി വിരമിച്ച ശേഷവും

ദ്രൗപദി മുർമു മകൾ ഇതിശ്രീയോടൊപ്പം

എല്ലാവരോടും സമഭാവത്തോടെയും സൗഹാർദ്ദത്തോടെയും പെരുമാറുന്നു. എപ്പോഴും പുഞ്ചിരിക്കുന്ന മുഖത്തോടെ വീട്ടുജോലികളിൽ ഭൂരിഭാഗവും ചെയ്യുന്നു. പലപ്പോഴും അതിഥികൾക്കു നൽകുന്ന ചായ അവർതന്നെ ഉണ്ടാക്കുന്നു.

എളിമയുടെ ആൾരൂപമായ ഈ ദ്രൗപദി മുർമുവിനെപ്പോലെ മറ്റൊരാളെ എവിടെ നമുക്ക് കണ്ടെത്താനാകും?

പാഠമാക്കേണ്ട ജീവിതം

ഗോത്രസദസ്സുകൾക്കു മുമ്പാകെയുള്ള എല്ലാ പ്രസംഗങ്ങളിലും ദ്രൗപദി മുർമു ആവർത്തിച്ചു പറയുന്ന ഒരു വാക്യമുണ്ട് "അപ്നേ കോ ഛോട്ടാ നഹിം സമഝോ!" (നമ്മൾ തുല്യരാണെന്ന് ഓർക്കുക, സ്വയം താഴ്ന്നവരായി കണക്കാക്കരുത്.)

സ്വന്തം അറിവും കഴിവും ഉപയോഗിച്ച് മറ്റുള്ളവർക്ക് സഹായം ചെയ്യുന്നതിന് അവർ എപ്പോഴും ശ്രദ്ധിച്ചു. സമൂഹത്തോടുള്ള ചുമതലകൾ നിറവേറ്റുക എന്നതിൽ മാത്രമാണ് ശ്രദ്ധ. അതിൽനിന്നും ലഭിക്കുന്ന നേട്ടങ്ങളെക്കുറിച്ച് ഒരിക്കലും ശ്രദ്ധാലുവായിരുന്നില്ല. അതിനാൽ തന്നെ ഒരു പരാതിയും കൂടാതെ സ്വന്തം കർത്തവ്യം എപ്പോഴും നിർവഹിക്കാൻ ദ്രൗപദിക്കു കഴിഞ്ഞു.

2009 ലെ തെരഞ്ഞെടുപ്പിൽ പരാജയപ്പെട്ടപ്പോൾ അവർ പരിഭ്രാന്തയാകുകയോ വിഷമിക്കുകയോ ചെയ്തില്ല. അവർ ആ ഫലം സ്വീകരിച്ചു വീട്ടിൽ എത്തി സാമൂഹ്യപ്രവർത്തനം ഏറ്റെടുത്തു നടത്താൻ തുടങ്ങി. ജോലിയാണ് ആരാധന എന്നതിന്റെ ഉത്തമ ഉദാഹരണമാണ് ദ്രൗപദി മുർമു.

തനിക്കും കുടുംബത്തിനും എന്തെങ്കിലും ആനുകൂല്യങ്ങൾ ലഭിക്കാൻ ഒരിക്കലും അവർ അധികാരം ഉപയോഗിച്ചില്ല. ഗവർണർ പദവിയുടെ കാലാവധി കഴിഞ്ഞതിനുശേഷം അവർക്ക് ഏതു മെട്രോപൊളിറ്റൻ നഗരത്തിൽ വേണമെങ്കിലും താമസിക്കാമായിരുന്നു. പക്ഷേ അവർ സ്വന്തം സംസ്ഥാനത്തിലെ സ്വന്തം ഗ്രാമത്തിൽ താമസിക്കാനാണ് ഇഷ്ടപ്പെട്ടത്. എപ്പോഴും ലളിതവസ്ത്രധാരണത്തിൽ മാത്രം കാണപ്പെട്ട ദ്രൗപദി രണ്ടാം തവണ എം.എൽ.എ ആയപ്പോൾ അവർക്ക് സ്വന്തമായി വാഹനം ഇല്ലായിരുന്നു. അവരുടെ നിക്ഷേപിച്ച മൂലധനം ഒമ്പതു ലക്ഷം രൂപയായിരുന്നു. നാലു ലക്ഷം രൂപയുടെ ബാധ്യതയും ഉണ്ടായിരുന്നു.

ദ്രൗപദി മുർമുവിന്റെ പെരുമാറ്റരീതിയിൽ ഏതൊരാൾക്കും കാണാൻ കഴിഞ്ഞിരുന്ന ഗുണം അവരെ ഏൽപ്പിക്കുന്ന ഏതൊരു

അമ്മയോടും സഹോദരനോടുമൊപ്പം ദ്രൗപദി മുർമു

ജോലിയും വളരെ ഉത്തരവാദിത്തത്തോടെ ഏറ്റെടുത്തു ചെയ്തിരുന്നു എന്നതുതന്നെയാണ്.

തിരക്കുള്ള പല സാമൂഹികപ്രവർത്തകർക്കും നേതാക്കന്മാർക്കും സംഭവിക്കുന്നതുപോലെ കുടുംബത്തിന് വേണ്ടത്ര പരിചണം കൊടുക്കാൻ ദ്രൗപദിക്ക് വളരെയധികം ബുദ്ധിമുട്ടേണ്ടി വന്നു. എല്ലാ പ്രവർത്തനങ്ങളിലും സഹായവുമായി ഭർത്താവ് ശ്യാംചരൺ മുർമുവും അടുത്തുതന്നെയുണ്ടായിരുന്നു.

മക്കളെ നഷ്ടപ്പെട്ട വേദന സഹിക്കുന്നതിൽ ദ്രൗപദിയുടെ ഭർത്താവ് പരാജയപ്പെട്ടു. ഹൃദയസ്തംഭനം മൂലം മരണപ്പെട്ടു. എന്നാൽ ദ്രൗപദിയാകട്ടെ, കൊടുങ്കാറ്റിന്റെ നടുവിലും ഇളകാതെ നിന്നു. വ്യക്തിജീവിതത്തിൽ സന്തോഷിക്കാൻ യാതൊന്നും ഇല്ലാതിരുന്നിട്ടും ശക്തിയോടെ മുന്നോട്ടു നീങ്ങി.

ജയിക്കാൻ നമ്മുടെ ഉള്ളിൽ ഒരു അഗ്നിയുണ്ടാവണം എന്നാണ് ദ്രൗപദി പറയുന്നത്. അവർ ദൈവത്തിൽ വിശ്വസിക്കുന്നു. അവരുടെ ഈ വിശ്വാസമാണ് നിലനിൽക്കാനും വളരാനും മുന്നോട്ടുപോകാനും കരുത്തു നൽകുന്നത് എന്നാണ് ദ്രൗപദിയുടെ പക്ഷം.

മുൻ രാഷ്ട്രപതി എ.പി.ജെ. കലാമിനെപ്പോലെ ദ്രൗപദിയും വിദ്യാർത്ഥികളെ സ്നേഹിക്കുകയും അവരെ മുന്നോട്ടുപോകാൻ പ്രേരിപ്പിക്കുയും ചെയ്തു. ഗവർണറായിരിക്കുമ്പോൾ അവർ പലപ്പോഴും സ്കൂളുകളും കോളേജുകളും സന്ദർശിക്കാറുണ്ടായിരുന്നു.

അബ്ദുൾ കലാമിനെപ്പോലെ വിദ്യാഭ്യാസത്തിന്റെ പ്രാധാന്യം മനസ്സിലാക്കുന്ന ദ്രൗപദിയുടെ പ്രവർത്തനഫലമായിട്ടാണ് കസ്തൂർബ സ്കൂളുകളുടെ പ്രവർത്തനം ഗണ്യമായി മെച്ചപ്പെട്ടത്.

സർവകലാശാലകളിലെ വൈസ് ചാൻസലർമാരുമായി ദ്രൗപദി മുർമു നിരന്തരം വീഡിയോ കോൺഫറൻസിങ്ങിലൂടെ ബന്ധപ്പെട്ടു. ഏറെക്കാലമായി നിർത്തിവെച്ചിരുന്ന ജാർഖണ്ഡിലെ ഗോത്ര പ്രാദേശിക ഭാഷകളിലെ അധ്യാപകരുടെ നിയമനം അവരുടെ ശക്തമായ ഇടപെടൽ കാരണം പുനരാരംഭിച്ചു.

ആദിവാസികൾക്കായുള്ള പ്രവർത്തനങ്ങളിൽ എപ്പോഴും മുർമു പ്രത്യേക ശ്രദ്ധ പുലർത്തിയിരുന്നു. ഒഡിഷയിലെ ഒരു പ്രത്യേക സ്ഥലത്തുള്ള സന്ദർശനവേളയിൽ ചില ആദിവാസികൾ മുർമുവിന് ഒരു അപേക്ഷ നൽകി. അവരത് നേരെ ഉദ്യോഗസ്ഥർക്കു കൈമാറി. എന്നാൽ കുറച്ചുകാലം കഴിഞ്ഞ് അവിടെ വീണ്ടും സന്ദർശനം നടത്തുന്ന വേളയിൽ തനിക്കുതന്ന നിവേദനങ്ങളിലെ കാര്യങ്ങൾ അവിടെ നടപ്പായില്ലെന്നു കണ്ട മുർമു സ്തംഭിച്ചുപോയി. എന്തുകൊണ്ട് ഇത് എന്നെ നേരത്തെ അറിയിച്ചില്ല എന്ന് അവർ വേദനയോടെ ഗ്രാമവാസികളോട് ചോദിച്ചു. പിന്നീട് ആ കാര്യങ്ങൾ നടപ്പിലാക്കിക്കഴിഞ്ഞിട്ടേ ദ്രൗപദി വിശ്രമിച്ചുള്ളൂ. ശക്തമായ ആത്മാഭിമാനവും ദൃഢനിശ്ചയമുള്ള വ്യക്തിയായിരുന്നു ദ്രൗപദി മുർമു.

തന്റെ ചെലവാകാത്ത പെൻഷൻ പൊതുജനങ്ങൾക്കുവേണ്ടി വിനിയോഗിക്കാനാണ് ദ്രൗപദി മുർമു ശ്രമിച്ചത്. സന്തോഷത്തിലും ദുഃഖത്തിലും ഒരുപോലെ സമചിത്തതയോടെ ദ്രൗപദി പ്രവർത്തിച്ചു. എത്ര വലിയ ദുരന്തങ്ങൾക്കുശേഷവും ശാന്തമായി, യാതൊരു സ്വാർത്ഥചിന്തയുമില്ലാതെ ജനങ്ങളിലേക്കിറങ്ങിച്ചെന്ന് പ്രവർത്തിക്കുന്ന ദ്രൗപദിയുടെ പ്രവർത്തനശൈലി എല്ലാവർക്കും പാഠമാകേണ്ടതു തന്നെയാണ്.

ദ്രൗപദി മുർമുവിന്റെ ഇളയസഹോദരൻ തരണി സെൻ ടുഡു തന്റെ പ്രിയപ്പെട്ട സഹോദരിയെപ്പറ്റി ഒരുപാടു കാര്യങ്ങൾ ഓർത്തെടുക്കുന്നു. സഹോദരിയുടെ സ്നേഹവും ആജ്ഞാശക്തിയും വിസ്മയത്തോടെ എന്നും അദ്ദേഹം നോക്കിക്കാണുന്നു.

‘‘തദ്ദേശ തിരഞ്ഞെടുപ്പിൽ മത്സരിക്കാൻ പാർട്ടി ആവശ്യപ്പെടുമ്പോൾ താൽപര്യമില്ലെന്ന നിലപാടായിരുന്നു ദീദിക്ക്. അധ്യാപനവും സാമൂഹികപ്രവർത്തനവുമായിരുന്നു അവരുടെ മേഖല. ബാങ്ക് മാനേജരായിരുന്ന ഭർത്താവ് ശ്യാം ചരണിന്റെ നിർബന്ധം കൊണ്ടാണ് റായ്രംഗ്പൂരിലെ രണ്ടാം വാർഡിൽ മത്സരിച്ചത്. കാൽനൂറ്റാണ്ടു

മുൻപ് വാർഡ് കൗൺസിലറായി രാഷ്ട്രീയജീവിതം ആരംഭിച്ച് ഇന്നു രാഷ്ട്രപതിയായി മാറിയ ദീദിയുടെ ജീവിതം ഗോത്രവിഭാഗ ങ്ങൾക്കു മാത്രമല്ല. രാജ്യത്തെ എല്ലാ സാധാരണക്കാർക്കും പ്രതീക്ഷ നൽകുന്നതാണ്.

രാഷ്ട്രീയം വേണ്ട, കുടുംബം മതി എന്ന തീരുമാനം അന്ന് ദീദി എടുത്തിരുന്നുവെങ്കിൽപോലും ജീവിതസമീപനങ്ങളിൽ മാറ്റമുണ്ടാകു മായിരുന്നില്ല. മന്ത്രിയും ഗവർണറും എല്ലാമായിരുന്നിട്ടും സാധാ രണക്കാർക്കൊപ്പമായിരുന്നു അവരുടെ ജീവിതം. ആർക്കും എപ്പോഴും കടന്നുവരാവുന്നതായിരുന്നു റായ്രംഗ്പൂരിലെ വീട്. റാഞ്ചിയിലെ രാജ്ഭവനിലേക്ക് ഗ്രാമീണർ സന്ദർശകരായി എത്തിയിരുന്നു. പേരെ ടുത്തു വിളിച്ചാണ് ദീദി അവരെയെല്ലാം സ്വീകരിച്ചത്. സ്കൂൾ അധ്യാ പികയായിരുന്ന ശീലംകൊണ്ടാകണം, വിദ്യാർഥികളെ വിളിക്കും പോലെ ഒട്ടുമിക്ക ഗ്രാമീണരെയും പേരെടുത്തു വിളിക്കാനുള്ള ഓർമ്മ ശക്തി ഇന്നും അവർക്കുണ്ട്.

12 വയസ്സിന് ഇളയതാണ് ഞാൻ. മൂത്തസഹോദരി എന്നതിനു പുറമേ, അമ്മയുടെ വാത്സല്യം കൂടി തന്നാണ് എന്നെ വളർത്തിയത്. ഞങ്ങളുടെ ഗ്രാമത്തിൽ നിന്നു പുറത്തുപോയി പഠിച്ച ആദ്യത്തെ വനിത കൂടിയാണവർ. അതുകൊണ്ടുതന്നെ ഗ്രാമവാസികളും അവ രുടെ ഉപദേശങ്ങൾ സ്വീകരിച്ചു. ഇന്നും സഹോദരിയുടെ അനുമതി വാങ്ങാതെ പ്രധാന കാര്യങ്ങളൊന്നും ഞങ്ങൾ ചെയ്യാറില്ല.

രാഷ്ട്രീയം ദീദിയുടെ ജീവിതത്തിൽ മാറ്റങ്ങൾ വരുത്തിയിട്ടുണ്ട്. കുടുംബിനിയിൽ നിന്നു രാഷ്ട്രീയപ്രവർത്തകയിലേക്കുള്ള മാറ്റം വലുതായിരുന്നു. രണ്ടുമക്കളെയും ഭർത്താവിനെയും നഷ്ടപ്പെട്ട ശേഷം എല്ലാം തകർന്ന നിലയിലായിരുന്നു. ഇതേ കാലത്തു തന്നെ യാണ് അമ്മയെയും ഒരു സഹോദരനെയും നഷ്ടപ്പെടുന്നത്. ബ്രഹ്മ കുമാരീസ് പ്രസ്ഥാനത്തോടൊപ്പം ചേർന്നാണ് ഈ കടുത്ത വേദനയെ മറികടന്നത്.

ഇന്നും പുലർച്ചെ മൂന്നരയ്ക്ക് എഴുന്നേൽക്കും. ആശ്രമത്തിലെ ശീലം പിന്തുടർന്ന് ധ്യാനത്തിലിരിക്കും. പിന്നീട് ക്ഷേത്രദർശനം നടത്തും. തൊട്ടടുത്തുള്ള ശിവക്ഷേത്രത്തിലും ജഗന്നാഥ ക്ഷേത്ര ത്തിലും പതിവായി പോകും.

ക്ഷേത്രദർശനത്തിനു ശേഷമാണു യോഗ പരിശീലനം. അപ്പോ ഴേക്കും രാഷ്ട്രീയ നേതാക്കളും പൊതുപ്രവർത്തകരുമെത്തും. മക്ക ളുടെയും ഭർത്താവിന്റെയും ഓർമയ്ക്കായി ആരംഭിച്ച സ്കൂളിൽ ഇടയ്ക്കിടെ സന്ദർശനം നടത്തും.

ദീദി ഗതാഗതമന്ത്രിയായിരുന്ന കാലത്താണ് ട്രാൻസ്പോർട്സ് ഓഫീസ് റായ്രംഗ്പൂരിൽ സ്ഥാപിച്ചത്. നേരത്തെ വാഹനസംബന്ധമായ കാര്യങ്ങൾക്ക് രണ്ടു മണിക്കൂർ യാത്ര ചെയ്ത് ബാരിപതയിൽ പോകണമായിരുന്നു. റായ്രംഗ്പൂരിലും സമീപത്തും പുതിയ റോഡുകൾ വന്നതിലും കുടിവെള്ള വിതരണ സംവിധാനം ഏർപ്പെടുത്തിയതിലും ദീദിയുടെ പങ്ക് പ്രധാനമാണ്.

നിർബന്ധങ്ങളില്ലാത്ത വ്യക്തിയാണ് ദീദി. ആഹാരത്തിൽ പോലും നിർബന്ധങ്ങളില്ല. ബ്രഹ്മകുമാരീസ് ആശ്രമത്തിലെ ചിട്ട പിന്തുടർന്ന് സസ്യാഹാരമാണ് കഴിച്ചിരുന്നത്.

ഗോത്രവർഗക്കാർക്കും ഒഡീഷയ്ക്കും ദീദി അഭിമാനമാണ്. എത്ര ഉയരത്തിലെത്തിയാലും ഭൂമിയോളം താഴ്ന്നു ജീവിക്കണമെന്നത് അവർ ഞങ്ങളെ പഠിപ്പിച്ച പാഠമാണ്. ഗോത്രവർഗക്കാരിയായ ആദ്യത്തെ രാഷ്ട്രപതി എന്ന പദവി അലങ്കരിക്കുമ്പോഴും എല്ലാ സാധാരണ മനുഷ്യർക്കുമൊപ്പം അവരുണ്ടാകുമെന്ന് ഉറപ്പാണ്.''

രാഷ്ട്രപതി തിരഞ്ഞെടുപ്പ്

പാർലമെന്റിന്റെ ഇരുസഭകളിലേക്കും സംസ്ഥാന നിയമസഭകളിലേക്കും തിരഞ്ഞെടുക്കപ്പെട്ട ജനപ്രതിനിധികൾക്കാണ് (ഇലക്ടറൽ കോളേജ്) രാഷ്ട്രപതി, ഉപരാഷ്ട്രപതി തിരഞ്ഞെടുപ്പുകളിൽ വോട്ടു രേഖപ്പെടുത്താൻ അവകാശം. നേരിട്ട് വോട്ട് എണ്ണുന്നതിനുപകരം വോട്ടുമൂല്യം കണക്കാക്കിയാണ് അന്തിമഫലം നിശ്ചയിക്കുന്നത്. 1086,431 ആണ് ഇലക്ടറൽ കോളേജിന്റെ ആകെ വോട്ടുമൂല്യം. ഒരു എം.പിയുടെ വോട്ടുമൂല്യം 700 ആണ്. അതേസമയം എം.എൽ.എമാരുടെ വോട്ടുമൂല്യം അതത് സംസ്ഥാനങ്ങളുടെ ജനസംഖ്യാനുപാതികമായി മാറും. യു.പി.ക്കാണ് വോട്ടുമൂല്യം കൂടുതൽ (208) ഏറ്റവും കുറവ് സിക്കിമിലും (07). 543216 ആണ് ജയിക്കാൻ ആവശ്യമായ വോട്ടുമൂല്യം.

വോട്ടെടുപ്പും വോട്ടെണ്ണലും

- രഹസ്യബാലറ്റുകളിൽ സ്ഥാനാർത്ഥികളുടെ പേരാണ് രേഖപ്പെടുത്തുക. ചിഹ്നമുണ്ടാവില്ല.
- പാർലമെന്റംഗങ്ങൾക്കു പച്ച നിറത്തിലുള്ള ബാലറ്റും നിയമസഭാംഗങ്ങൾക്കു പിങ്ക് നിറത്തിലുള്ള ബാലറ്റുമാണ്.
- മുൻഗണനക്രമമാണ് ബാലറ്റ് പേപ്പറിൽ രേഖപ്പെടുത്തേണ്ടത്. ബാലറ്റിൽ ഒന്നാം കോളത്തിൽ സ്ഥാനാർത്ഥിയുടെ പേരുണ്ടാകും. രണ്ടാം കോളത്തിൽ വോട്ടർക്ക് തന്റെ മുൻഗണന 1, 2 എന്നിങ്ങനെ സംഖ്യയിൽ രേഖപ്പെടുത്താം.
- തിരഞ്ഞെടുപ്പ് കമ്മീഷൻ നൽകുന്ന പ്രത്യേക പേന ഉപയോഗിച്ചാണ് വോട്ട് രേഖപ്പെടുത്തേണ്ടത്.
- വോട്ടുമൂല്യം അടിസ്ഥാനമാക്കിയാണ് ജയപരാജയങ്ങൾ നിർണയിക്കുക.

- മൊത്തം വോട്ടുമൂല്യമായ 1086437 ന്റെ അമ്പതുശതമാനത്തില ധികം നേടുന്ന സ്ഥാനാർത്ഥി വിജയിക്കും.
- നിയമസഭാംഗങ്ങളുടെ വോട്ടുമൂല്യം.

ആന്ധ്രാപ്രദേശ് – 159, അരുണാചൽ പ്രദേശ് – 8, അസം–116, ബീഹാർ–173, ഛത്തിസ്ഗഡ്–129, ഗോവ–20, ഗുജറാത്ത്–147, ഹരിയാന – 112, ഹിമാചൽ പ്രദേശ്–51, ജമ്മുകാശ്മീർ – 72, ജാർ ഖണ്ഡ്– 176, കർണാടക– 131, കേരളം – 152, മധ്യപ്രദേശ് –131, മഹാ രാഷ്ട്ര – 175, മണിപ്പൂർ – 18, മേഘാലയ – 17, മിസോറാം – 8, നാഗാലാന്റ് – 9, ഒഡിഷ – 149, പഞ്ചാബ്–116, രാജസ്ഥാൻ – 129, സിക്കിം– 7, തമിഴ്നാട് – 176, തെലങ്കാന – 132, ത്രിപുര–26, ഉത്തരാ ഖണ്ഡ് – 64, ഉത്തർപ്രദേശ് – 208, ബംഗാൾ – 151, ഡൽഹി– 58, പുതുച്ചേരി – 16.

ദ്രൗപദി മുർമു തിരഞ്ഞെടുക്കപ്പെട്ട ഇലക്ഷൻ നടന്നത് 2022 ജൂലൈ 18നാണ്. നിയമസഭാമന്ദിരങ്ങളിൽ നിന്ന് ബാലറ്റ് പേപ്പറു കൾ ജൂലൈ ഇരുപതോടെ ഡൽഹിയിലെത്തിച്ച് സംസ്ഥാനാടി സ്ഥാനത്തിൽ തരംതിരിച്ച് എണ്ണുകയാണുണ്ടായത്. ജൂലൈ 21 നാണ് വോട്ടെണ്ണൽ നടന്നത്.

വോട്ടുനില

ആകെയുള്ള 776 എം.പി മാരിൽ 763 പേരും 4033 എം.എൽ.എ മാരിൽ 3991 പേരും തിരഞ്ഞെടുപ്പിൽ പങ്കെടുത്തു. ഇതിൽ 208 എം.പിമാരും 1669 എം.എൽ.എ മാരും യശ്വന്ത് സിൻഹയ്ക്ക് വോട്ടു

സുപ്രീം കോടതി ചീഫ് ജസ്റ്റിസ് എൻ.വി. രമണ ദ്രൗപദി മുർമുവിന് സത്യപ്രതിജ്ഞ ചൊല്ലിക്കൊടുക്കുന്നു.

ചെയ്തു. 540 എം.പി മാരും 2284 എം.എൽ.എ മാരും ദ്രൗപദി മുർമുവിനും വോട്ടു ചെയ്തു. യശ്വന്ത് സിൻഹയ്ക്ക് ലഭിച്ച വോട്ടുമൂല്യം 3,80,177 ആയിരുന്നു. എന്നാൽ ദ്രൗപദി മുർമുവിന് ലഭിച്ചത് 6,76,803 ആണ്. എതിർസ്ഥാനാർത്ഥിയായ യശ്വന്ത് സിൻഹയെ ബഹുദൂരം പിന്നിലാക്കിയാണ് ദ്രൗപതി മുർമു വിജയപഥത്തിലെത്തിയത്. പ്രതിപക്ഷനിരയിൽ നിന്നുപോലും ധാരാളം വോട്ടുകൾ ദ്രൗപദിക്ക് ലഭിച്ചു എന്നത് ശ്രദ്ധേയമായ കാര്യമാണ്. ആന്ധ്രപ്രദേശ്, സിക്കിം, നാഗലാൻഡ് എന്നീ സംസ്ഥാനങ്ങളിൽനിന്ന് പ്രതിപക്ഷ സ്ഥാനാർത്ഥി യശ്വന്ത് സിൻഹയ്ക്ക് ഒരു വോട്ടുപോലും ലഭിച്ചില്ല. ദ്രൗപദിക്ക് കേരളത്തിൽനിന്ന് ഒരു വോട്ടും തെലങ്കാനയിൽ നിന്നു മുന്നു വോട്ടും ലഭിച്ചു. പഞ്ചാബ്, ഡൽഹി എന്നിവിടങ്ങളിൽ നിന്ന് എട്ട് വോട്ടുകൾ വീതം കിട്ടി.

വോട്ടെണ്ണൽ ആദ്യ റൗണ്ട് കഴിഞ്ഞപ്പോൾ തന്നെ ദ്രൗപദി മുർമു വിജയമുറപ്പിച്ചിരുന്നു. രണ്ടാം റൗണ്ടും പൂർണമായും ദ്രൗപദിക്ക് അനുകൂലമായിരുന്നു. മൂന്നാംറൗണ്ടിൽ കേരളമടക്കം 20 സംസ്ഥാനങ്ങളിലെ ബാലറ്റ് എണ്ണിക്കഴിഞ്ഞപ്പോൾ 50 ശതമാനത്തിലേറെ വോട്ടു നേടി ദ്രൗപദി മുർമു വിജയമുറപ്പിച്ചു. നാലാം റൗണ്ടിനൊടുവിൽ 64.03 ശതമാനം വോട്ടുനേടി ദ്രൗപദി മുർമു ഇന്ത്യാചരിത്രത്തിലെ ആദ്യ ഗോത്രവർഗ വനിതാരാഷ്ട്രപതിയായി സ്ഥാനമുറപ്പിച്ചു.

ചരിത്രനിമിഷത്തിലേക്ക്

ഇന്ത്യയുടെ 15-ാമത് രാഷ്ട്രപതിയായി ദ്രൗപദി മുർമു സത്യപ്രതിജ്ഞ ചെയ്ത് അധികാരമേറ്റ ചടങ്ങിലേക്ക് ഒരു എത്തിനോട്ടം.

09.48 സ്ഥാനമൊഴിയുന്ന രാഷ്ട്രപതി രാംനാഥ് കോവിന്ദും നിയുക്ത രാഷ്ട്രപതി ദ്രൗപദി മുർമുവും രാഷ്ട്രപതിഭവന്റെ പടികളിറങ്ങിവരുന്നു. സത്യപ്രതിജ്ഞാചടങ്ങിനായി പാർലമെന്റ് സെൻട്രൽ ഹാളിലേക്കു തിരിക്കുന്ന ഇരുവർക്കും അകമ്പടി പോകാനുള്ള അംഗരക്ഷകരും കുതിരപ്പടയാളികളും ഇരുവരെയും കാത്ത് രാഷ്ട്രപതിഭവന്റെ അങ്കണത്തിൽ.

09.50 രാഷ്ട്രപതിഭവന്റെ അങ്കണത്തിലൊരുക്കിയ പ്രത്യേക വേദിയിൽ സ്ഥാനമൊഴിയുന്ന രാഷ്ട്രപതിക്ക് കുഴൽവാദ്യങ്ങളുടെ അകമ്പടിയോടെ അഭിവാദ്യം. നിയുക്ത രാഷ്ട്രപതി ഇടതുവശത്തായി അരികത്ത്.

09.51 രാഷ്ട്രപതിക്കുള്ള മൂവർണക്കൊടി പാറുന്ന കറുത്ത മെഴ്സിഡസ് കാറിന്റെ പിൻസീറ്റിലേക്ക് വലതുഡോർ തുറന്ന് കടന്ന രാംനാഥ് കോവിന്ദിനെ അനുഗമിച്ച് അതേ കാറിന്റെ ഇടതുഡോർ കടന്ന് ദ്രൗപദി മുർമുവും കയറുന്നു.

10.00 കുതിരക്കുളമ്പടികളുടെ പശ്ചാത്തലത്തിൽ നിയുക്ത രാഷ്ട്രപതിയെയും കൊണ്ടുള്ള വ്യൂഹം അഞ്ചാംനമ്പർ ഗേറ്റിലൂടെ പാർലമെന്റ് വളപ്പിലേക്ക്.

10.03 നിയുക്ത രാഷ്ട്രപതിയെയും കൊണ്ടുള്ള രാജകീയ യാത്ര. പാർലമെന്റ് കവാടത്തിൽ കാറിൽ നിന്നിറങ്ങി മുന്നിൽ ദ്രൗപദി മുർമുവും പിന്നിൽ രാംനാഥ് കോവിന്ദും. ഇരുവരെയും ഉപരാഷ്ട്രപതിയും സ്പീക്കറും സുപ്രീംകോടതി ചീഫ് ജസ്റ്റിസും ചേർന്ന് സ്വീകരിക്കുന്നു.

10.04. സ്ഥാനമൊഴിയുന്ന രാംനാഥ് കോവിന്ദിന് പാർലമെന്റ് മന്ദിരത്തിൽ കുഴൽവാദ്യത്തിന്റെ അകമ്പടിയോടെ അവസാന

സത്യപ്രതിജ്ഞാ ചടങ്ങിലെ ദേശീയ ഗാനവേള
(മുൻനിരയിൽ പ്രധാനമന്ത്രിയേയും മറ്റ് ദേശീയ നേതാക്കളെയും കാണാം)

സൈനിക അഭിവാദ്യം. നിയുക്ത രാഷ്ട്രപതിയേയുംകൊണ്ട് എല്ലാവരും പാർലമെന്റ് മന്ദിരത്തിന് അകത്തേക്ക്.

10.05 ഉപരാഷ്ട്രപതിക്കും സ്പീക്കർക്കും ചീഫ് ജസ്റ്റിസിനും പിറകിൽ രാംനാഥ് കോവിന്ദ് വലത്തും ദ്രൗപദി മുർമു ഇടത്തുമായി ചുവന്ന പരവതാനിയിലൂടെ അടിവെച്ചടിവെച്ച് ചരിത്രമുറങ്ങുന്ന പാർലമെന്റിന്റെ സെൻട്രൽ ഹാളിലേക്ക്.

10.07 നിയുക്ത രാഷ്ട്രപതിയുടെ സ്ഥാനാരോഹണത്തിന് സാക്ഷിയാകാനെത്തിയവർ തിങ്ങിനിറഞ്ഞ സെൻട്രൽ ഹാളിന്റെ നടുവിലൂടെ വേദി ലക്ഷ്യംവെച്ച് നീങ്ങുന്നു. സെൻട്രൽ ഹാളിന്റെ മുകളിൽ ബാൽക്കണിയിൽ മൂന്നു സൈനികരുടെ കുഴൽവാദ്യം.

10.08 വലതുവശത്തുകൂടി ഏറ്റവും മുന്നിലായി ചീഫ് ജസ്റ്റിസ് എൻ.വി രമണയും പിറകിൽ സ്ഥാനമൊഴിയുന്ന രാംനാഥ് കോവിന്ദും അതിനുപിറകിൽ നിയുക്ത രാഷ്ട്രപതി ദ്രൗപദി മുർമുവും സത്യപ്രതിജ്ഞാവേദിയിലേക്ക്. ഇടതുവശത്തുകൂടി ഉപരാഷ്ട്രപതിയും സ്പീക്കറും.

10.09 രാംനാഥ് കോവിന്ദിന്റെ കാലാവധി ജൂലൈ 24ന് കഴിയുന്നതിനെ തുടർന്ന് നടത്തിയ രാഷ്ട്രപതി തിരഞ്ഞെടുപ്പിൽ ഇന്ത്യയുടെ അടുത്ത രാഷ്ട്രപതിയായി ദ്രൗപദി മുർമു തിരഞ്ഞെടുക്കപ്പെട്ട കേന്ദ്ര തിരഞ്ഞെടുപ്പ് കമ്മീഷന്റെ ഔദ്യോഗിക

അറിയിപ്പ് കേന്ദ്ര ആഭ്യന്തര സെക്രട്ടറി വായിക്കുന്നു. സദസ്സിൽനിന്ന് നിലയ്ക്കാത്ത കരഘോഷം.

10.12 സത്യപ്രതിജ്ഞാ വാചകം ദ്രൗപദി മുർമുവിന് കൈമാറുന്നു. നിയുക്ത രാഷ്ട്രപതിയും ചീഫ് ജസ്റ്റിസും ഇരിപ്പിടങ്ങളിൽ നിന്ന് എഴുന്നേറ്റതോടെ വീണ്ടും കരഘോഷം. ചീഫ് ജസ്റ്റിസ് എൻ.വി രമണ ചൊല്ലിക്കൊടുത്ത സത്യവാചകം ദൈവ നാമത്തിൽ ഏറ്റുചൊല്ലി ഭരണഘടനയും നിയമവും സംരക്ഷിക്കുമെന്നും കാത്തുസൂക്ഷിക്കുമെന്നും ശപഥം ചെയ്ത് ദ്രൗപദി മുർമു ഇന്ത്യയുടെ രാഷ്ട്രപതി പദം ഏറ്റെടുക്കുന്നു.

10.13 ഇരുവരും പരസ്പരം കൈകൂപ്പുന്നു. ഇടത്തോട്ട് തിരിഞ്ഞ് മുൻ രാഷ്ട്രപതിയായ രാംനാഥ് കോവിന്ദിനെ കൈകൂപ്പുന്നു. കോവിന്ദ് തന്റെ കസേര ഒഴിഞ്ഞുകൊടുത്ത് എഴുന്നേൽക്കുന്നു. സദസ്സിനു നേരെ തിരിഞ്ഞ് കൈകൂപ്പിയതോടെ ഭാരത്മാതാ കീ ജയ്, വന്ദേമാതരം വിളികൾ ഉയരുന്നു.

10.14 രാഷ്ട്രപതിയുടെ സെക്രട്ടറി സത്യപ്രതിജ്ഞാ രജിസ്റ്ററും പേനയും ദ്രൗപദി മുർമുവിന് നൽകുന്നു. രാഷ്ട്രപതിയായി ഒപ്പുവെച്ച് മുർമുവും കോവിന്ദും പരസ്പരം കസേരകൾ മാറിയിരിക്കുന്നു. നടുവിലുള്ള കസേരയിൽ പുതിയ രാഷ്ട്രപതി.

10.15 പുറത്ത് 21 ആചാരവെടികൾ മുഴങ്ങുന്നു. അകത്ത് നിശ്ശബ്ദത.

10.16 രാഷ്ട്രപതിയായ വിജ്ഞാപനം വായിക്കാൻ ആഭ്യന്തരസെക്രട്ടറി മുർമുവിനോട് അനുമതി തേടുന്നു. അവരുടെ അനുമതിയോടെ വിജ്ഞാപനം വായിക്കുന്നു. ശേഷം രാഷ്ട്രപതി സെൻട്രൽ ഹാളിനെ ഹിന്ദിയിൽ അഭിസംബോധന ചെയ്യുന്നു.

10.34 രാഷ്ട്രപതിയുടെ പ്രസംഗം അവസാനിക്കുന്നു.

10.35 രാഷ്ട്രപതി ഹിന്ദിയിൽ പൂർത്തിയാക്കിയ പ്രസംഗത്തിന്റെ ഇംഗ്ലീഷ് പരിഭാഷയുടെ ഏതാനും ഭാഗം ഉപരാഷ്ട്രപതി വെങ്കയ്യനായിഡു വായിച്ചുകേൾപ്പിക്കുന്നു.

10.39 സത്യപ്രതിജ്ഞാചടങ്ങ് അവസാനിപ്പിക്കാൻ ആഭ്യന്തരസെക്രട്ടറി രാഷ്ട്രപതിയുടെ അനുമതി തേടുന്നു. അവർ അനുമതി നൽകുന്നു. സമാപന ദേശീയഗാനത്തിനായി എല്ലാവരും എഴുന്നേൽക്കുന്നു.

10.40 സത്യപ്രതിജ്ഞ കഴിഞ്ഞ് വേദിയുടെ വലതുഭാഗത്തുകൂടി ഇറങ്ങുന്നു. ദ്രൗപദി മുർമു മുന്നിലും രാംനാഥ് കോവിന്ദ് പിറകിലുമായി സത്യപ്രതിജ്ഞയ്ക്ക് എത്തിയ പ്രധാനമന്ത്രി

നരേന്ദ്രമോദി, കേന്ദ്രമന്ത്രിമാർ, കോൺഗ്രസ് അധ്യക്ഷ സോണിയാഗാന്ധി, ഭരണപക്ഷത്തെയും പ്രതിപക്ഷത്തെയും എം.പിമാർ സുപ്രീംകോടതി ജഡ്ജിമാർ, സംസ്ഥാന ഗവർണർമാർ, മുഖ്യമന്ത്രിമാർ, വിദേശരാജ്യങ്ങളുടെ സ്ഥാനപതിമാർ, പാർലമെന്റ് അംഗങ്ങൾ, സിവിൽ, സൈനിക ഉന്നത ഉദ്യോഗസ്ഥർ തുടങ്ങിയവരെ കൈകൂപ്പി അഭിവാദ്യം ചെയ്യുന്നു.

10.42 സെൻട്രൽ ഹാളിന്റെ നടുവിലൂടെ എല്ലാവരെയും അഭിവാദ്യം ചെയ്ത് ഉപരാഷ്ട്രപതിക്കും സ്പീക്കർക്കും ചീഫ് ജസ്റ്റിസിനും പിന്നാലെ രാംനാഥ് കോവിന്ദും ദ്രൗപദി മുർമുവും പാർലമെന്റ് മന്ദിരത്തിനു പുറത്തേക്ക്.

10.46 പുതിയ രാഷ്ട്രപതിക്ക് കുതിരപ്പടയാളികളായ അംഗരക്ഷകരുടെ കുഴൽവാദ്യത്തോടെ അഭിവാദ്യം.

10.47 രാഷ്ട്രപതിക്കുള്ള കാറിൽ ദ്രൗപദി മുർമുവും അവരെ അനുഗമിച്ച് രാംനാഥ് കോവിന്ദും കയറുന്നു.

10.48 ഉപരാഷ്ട്രപതിയും സ്പീക്കറും ചീഫ്ജസ്റ്റിസും അഭിവാദ്യം ചെയ്ത് ഇരുവരെയും യാത്രയാക്കുന്നു. കുതിരപ്പടയാളികളുടെയും അംഗരക്ഷകരുടെ വാഹനവ്യൂഹത്തിന്റെയും അകമ്പടിയോടെ പുതിയ രാഷ്ട്രപതി റെയ്സിന കുന്നിലേക്ക് നീങ്ങുന്നു.

10.56 മുഖ്യകവാടവും കടന്ന് ദ്രൗപദി മുർമുവും അംഗരക്ഷകരും വാഹനവ്യൂഹവും രാഷ്ട്രപതി ഭവൻ വളപ്പിലേക്ക്.

10.59 ദ്രൗപദി മുർമുവും രാംനാഥ് കോവിന്ദും രാഷ്ട്രപതിഭവൻ വളപ്പിലെ പ്രത്യേക വേദിയിലേക്ക്. പുതിയ രാഷ്ട്രപതിക്ക് അംഗരക്ഷകരുടെ അഭിവാദ്യം. വിണ്ടും കാറിൽ കയറുന്നു.

11.02 രാഷ്ട്രപതിഭവന് തൊട്ടുമുന്നിൽ നിർത്തിയ കാറിൽനിന്ന് ഇരുവരുമിറങ്ങുന്നു. പുതിയ രാഷ്ട്രപതി രാഷ്ട്രപതിഭവന്റെ അകത്തേക്ക്.

11.38 രാഷ്ട്രപതിഭവനിൽ ഗാർഡ് ഓഫ് ഓണറിനായി ഉപരാഷ്ട്രപതിയും പ്രധാനമന്ത്രിയും മറ്റു ക്ഷണിതാക്കളുമെത്തുന്നു.

11.44 പുതിയ രാഷ്ട്രപതിക്ക് ആദരസൂചകമായി സൈനികരുടെ ഗാർഡ് ഓഫ് ഓണർ. രാഷ്ട്രപതി ദ്രൗപദി മുർമു തുറന്ന സൈനികവാഹനത്തിൽ ഗാർഡ് ഓഫ് ഓണർ സ്വീകരിക്കുന്നു.

12.00 സ്ഥാനമൊഴിഞ്ഞ രാഷ്ട്രപതിയെ പുതിയ രാഷ്ട്രപതി യാത്രയാക്കുന്നു.

ഒന്നായ് മുന്നോട്ട്

രാഷ്ട്രപതിയായി ചുമതലയേറ്റ വേളയിൽ രാജ്യത്തോടായി ദ്രൗപദി മുർമു നടത്തിയ പ്രസംഗം അത്യുജ്ജ്വലമായിരുന്നു. താൻ പിന്നിട്ടു വന്ന വഴികളിലൂടെ കടന്ന് തന്റെ സ്വപ്നവും പ്രതീക്ഷകളും ദ്രൗപദി മുർമു പങ്കുവെച്ചു. ജോഹർ എന്ന ഗോത്രഭാഷയിലും നമസ്കാർ എന്ന് ഹിന്ദിയിലും അഭിവാദ്യം ചെയ്താണ് ദ്രൗപദി മുർമു പ്രസംഗം ആരംഭിച്ചത്. പ്രകൃതിയോട് സമർപ്പണം എന്ന അർത്ഥത്തിലാണ് ജോഹർ എന്ന പദം ആദിവാസികൾ ഉപയോഗിക്കുന്നത്. ലോകം മുഴുവൻ ശ്രദ്ധിച്ച ആ പ്രസംഗം ഇപ്രകാരമായിരുന്നു.

ജോഹർ! നമസ്കാരം!

ഇന്ത്യയുടെ പരമോന്നത ഭരണഘടനാപദവിയിലേക്ക് എന്നെ തിരഞ്ഞെടുത്തതിന് എല്ലാ പാർലമെന്റ് അംഗങ്ങൾക്കും നിയമസഭകൾക്കും എന്റെ ഹൃദയംഗമമായ നന്ദി അറിയിക്കുന്നു. നിങ്ങൾ എനിക്കായി വോട്ടുചെയ്തത് രാജ്യത്തെ കോടിക്കണക്കിനു പൗരന്മാരുടെ വിശ്വാസത്തിന്റെ പ്രകടനമാണ്. ഇന്ത്യയിലെ എല്ലാ പൗരന്മാരുടെയും പ്രതീക്ഷകളുടെയും അഭിലാഷങ്ങളുടെയും അവകാശങ്ങളുടെയും പ്രതീകമായ ഈ പവിത്രമായ പാർലമെന്റിൽനിന്ന് എല്ലാ സഹപൗരന്മാരെയും ഞാൻ വിനയത്തോടെ അഭിവാദ്യം ചെയ്യുന്നു. നിങ്ങളുടെ സ്നേഹവും വിശ്വാസവും പിന്തുണയും എന്റെ ചുമതലകളും ഉത്തരവാദിത്തങ്ങളും നിറവേറ്റുന്നതിൽ എനിക്കുള്ള ഏറ്റവും വലിയ ശക്തിയായിരിക്കും.

'ആസാദി കാ അമൃത് മഹോത്സവ്' ആഘോഷിക്കുന്ന പ്രധാനപ്പെട്ട സമയത്താണ് രാജ്യം എന്നെ രാഷ്ട്രപതിയായി തിരഞ്ഞെടുത്തത്. ഏതാനും ദിവസങ്ങൾക്കുള്ളിൽ നമ്മുടെ രാജ്യം സ്വാതന്ത്ര്യത്തിന്റെ 75 വർഷം പൂർത്തിയാക്കുകയാണ്. രാജ്യം സ്വാതന്ത്ര്യത്തിന്റെ 75-ാം വാർഷികത്തിൽ, ഈ പുതിയ ഉത്തരവാദിത്തം എന്നെ ഏൽപ്പിച്ചിരിക്കുന്നു.

സത്യപ്രതിജ്ഞയ്ക്കുശേഷം
രാഷ്ട്രത്തെ അഭിസോബോധന ചെയ്തു സംസാരിക്കുന്നു

അടുത്ത 25 വർഷത്തേക്കുള്ള ലക്ഷ്യങ്ങൾ നിറവേറ്റുന്നതിൽ ഇന്ത്യ പൂർണമായ ഊർജത്തോടെ പ്രവർത്തിക്കുന്ന അത്തരമൊരു ചരിത്രഘട്ടത്തിൽ ഈ ഉത്തരവാദിത്തം നിറവേറ്റാനായി എന്നെ തിരഞ്ഞെടുത്തത് അഭിമാനമായി കരുതുന്നു. സ്വതന്ത്ര ഇന്ത്യയിൽ ജനിച്ച, രാജ്യത്തെ ആദ്യത്തെ രാഷ്ട്രപതികൂടിയാണ് ഞാൻ. സ്വതന്ത്ര ഇന്ത്യയിലെ പൗരന്മാരിൽ നിന്നുള്ള നമ്മുടെ സ്വാതന്ത്ര്യസമര സേനാനികളുടെ പ്രതീക്ഷകൾ നിറവേറ്റാൻ ഈ അമൃതകാലത്തിൽ നാം ഊർജസ്വലമായി പ്രവർത്തിക്കേണ്ടതുണ്ട്.

ഈ 25 വർഷം അമൃതകാലത്തിന്റെ ലക്ഷ്യങ്ങൾ കൈവരിക്കാനുള്ള പാത രണ്ടുവഴികളിലായി മുന്നോട്ടുപോകും. 'സബ്കാ പ്രയാസ് ഔർ സബ്കാ കർത്തവ്യ' (എല്ലാവരുടെയും പരിശ്രമവും എല്ലാവരുടെയും കടമയും). ഇന്ത്യയുടെ ശോഭനമായ ഭാവിയിലേക്കുള്ള പുതിയ വികസനയാത്ര നമ്മുടെ കൂട്ടായ പരിശ്രമങ്ങളിലൂടെ ഏറ്റെടുത്തു നടത്തേണ്ടതുണ്ട്. ജൂലായ് 26-ന്, കാർഗിൽ വിജയദിവസം ആചരിക്കുകയാണു നാം. ഇന്ത്യൻ സായുധസേനയുടെ ധീരതയുടെയും സംയമനത്തിന്റെയും പ്രതീകമാണ് ഈ ദിനം. രാജ്യത്തെ സായുധ സേനയ്ക്കും എല്ലാ പൗരന്മാർക്കും ഞാൻ മുൻകൂർ ആശംസകൾ നേരുന്നു.

പിന്നിട്ട വഴികൾ

രാജ്യത്തിന്റെ കിഴക്കൻ ഭാഗത്തുള്ള ഒഡിഷയിലെ ഒരു ചെറിയ ഗിരിവർഗഗ്രാമത്തിൽനിന്നാണ് ഞാൻ എന്റെ ജീവിതയാത്ര ആരംഭിച്ചത്. ഞാൻ വന്ന പശ്ചാത്തലത്തിൽനിന്ന്, പ്രാഥമികവിദ്യാഭ്യാസം നേടുക എന്നത് എനിക്ക് ഒരു സ്വപ്നംപോലെയായിരുന്നു. എന്നാൽ, ഒട്ടേറെ പ്രതിബന്ധങ്ങൾക്കിടയിലും എന്റെ നിശ്ചയദാർഢ്യം തകരാതെ കാത്തുസൂക്ഷിക്കാൻ കഴിഞ്ഞു. എന്റെ ഗ്രാമത്തിലെ, കോളേജിൽ പോകുന്ന ആദ്യത്തെ പെൺകുട്ടിയായി ഞാൻ മാറി. ഞാൻ ഗോത്രസമൂഹത്തിൽപ്പെട്ടയാളാണ്. വാർഡ് കൗൺസിലർ എന്ന നിലയിൽനിന്ന് ഇന്ത്യയുടെ രാഷ്ട്രപതിയായി ഉയർന്നുവരാൻ എനിക്ക് അവസരം ലഭിച്ചു. ഇതാണ് ജനാധിപത്യത്തിന്റെ മാതാവായ ഇന്ത്യയുടെ മഹത്ത്വം.

വിദൂര ഗോത്രമേഖലയിലെ ദരിദ്രഭവനത്തിൽ ജനിക്കുന്ന മകൾക്ക് ഇന്ത്യയിലെ പരമോന്നത ഭരണഘടനാ പദവിയിലെത്താൻ കഴിയുമെന്നത് നമ്മുടെ ജനാധിപത്യത്തിന്റെ ശക്തിയാണ് പ്രകടമാക്കുന്നത്. എന്റെ രാഷ്ട്രപതിസ്ഥാനം വ്യക്തിപരമായ നേട്ടമല്ല, മറിച്ച് ഇന്ത്യയിലെ ഓരോ പാവപ്പെട്ടവന്റെയും നേട്ടമാണ്.

പാവപ്പെട്ടവരും സ്വപ്നങ്ങൾ കാണട്ടെ

ഇന്ത്യയിലെ ദരിദ്രർക്ക് സ്വപ്നങ്ങൾ കാണാനും അവ സാക്ഷാത്കരിക്കാനും കഴിയുമെന്നതിന്റെ തെളിവാണ് എന്റെ തിരഞ്ഞെടുപ്പ്. നൂറ്റാണ്ടുകളായി അവകാശങ്ങൾ നിഷേധിക്കപ്പെട്ടവരും വികസനത്തിന്റെ ആനുകൂല്യങ്ങൾ ലഭിക്കാത്തവരും ദരിദ്രരും അധഃസ്ഥിതരും പിന്നാക്കക്കാരും ഗിരിവർഗക്കാരും എന്നിൽ അവരെ കാണുന്നു എന്നത് എന്നെ സംബന്ധിച്ചിടത്തോളം വലിയ സംതൃപ്തി നൽകുന്ന കാര്യമാണ്. എന്റെ ഈ തിരഞ്ഞെടുപ്പിന് രാജ്യത്തെ ദരിദ്രരുടെ അനുഗ്രഹമുണ്ട്. രാജ്യത്തെ കോടിക്കണക്കിന് സ്ത്രീകളുടെയും പെൺമക്കളുടെയും സ്വപ്നങ്ങളെയും സാധ്യതകളെയും ഇത് പ്രതിഫലിപ്പിക്കുന്നു.

പുതിയ പാതകളിലൂടെ നടക്കാനും തെറ്റായ പാതകളിൽനിന്ന് മാറിനിൽക്കാനും തയ്യാറുള്ള ഇന്ത്യയിലെ ഇന്നത്തെ യുവജനങ്ങളുടെ ധൈര്യത്തിന്റെ പ്രതിഫലനംകൂടിയാണ് എന്റെ ഈ തിരഞ്ഞെടുപ്പ് കാണിക്കുന്നത്. അത്തരമൊരു പുരോഗമന ഇന്ത്യയെ നയിക്കാൻ കഴിഞ്ഞതിൽ ഇന്ന് ഞാൻ അഭിമാനിക്കുന്നു.

എല്ലാ സഹപൗരന്മാർക്കും പ്രത്യേകിച്ച് ഇന്ത്യയിലെ യുവാക്കൾക്കും സ്ത്രീകൾക്കും അവരുടെ താത്പര്യങ്ങൾ എനിക്ക് പരമപ്രധാനമായിരിക്കുമെന്ന് ഞാൻ ഉറപ്പുനൽകുന്നു.

ആദർശങ്ങളുടെ കൂടെ

ലോകത്തിനു മുന്നിൽ ഇന്ത്യൻ ജനാധിപത്യത്തിന്റെ അന്തസ്സ് ഉയർത്തിപ്പിടിച്ച ഇന്ത്യൻ പ്രസിഡൻസിയുടെ മഹത്തായ പാരമ്പര്യം എന്റെ മുന്നിലുണ്ട്. രാജ്യത്തിന്റെ ആദ്യ രാഷ്ട്രപതി ഡോ. രാജേന്ദ്ര പ്രസാദ് മുതൽ രാംനാഥ് കോവിന്ദ്ജിവരെയുള്ള പ്രമുഖർ ഈ പദവി അലങ്കരിച്ചിട്ടുണ്ട്. ഈ പദവിക്കൊപ്പം ഈ മഹത്തായ പാരമ്പര്യത്തെ പ്രതിനിധാനം ചെയ്യാനുള്ള ഉത്തരവാദിത്തവും രാജ്യം എന്നെ ഏൽപ്പിച്ചിരിക്കുന്നു.

ഭരണഘടനയുടെ വെളിച്ചത്തിൽ, ഞാൻ എന്റെ കടമകൾ അങ്ങേയറ്റം ആത്മാർത്ഥതയോടെ നിർവഹിക്കും. എന്നെ സംബന്ധിച്ചിടത്തോളം, ഇന്ത്യയുടെയും എല്ലാ പൗരന്മാരുടെയും ജനാധിപത്യ-സാംസ്കാരിക ആദർശങ്ങൾ എല്ലായ്പ്പോഴും എന്റെ ഊർജസ്രോതസ്സായിരിക്കും.

നമുക്കായി വഴിയൊരുക്കിയവർ

നമ്മുടെ സ്വാതന്ത്ര്യസമര പോരാട്ടങ്ങൾ ഒരു രാഷ്ട്രമെന്ന നിലയിൽ ഇന്ത്യയുടെ പുതിയ യാത്രയ്ക്കുള്ള മാർഗരേഖ തയ്യാറാക്കി. നമ്മുടെ സ്വാതന്ത്ര്യസമരം സ്വതന്ത്ര ഇന്ത്യയുടെ ഒട്ടേറെ ആദർശങ്ങളും സാധ്യതകളും പരിപോഷിപ്പിച്ച ആ പോരാട്ടങ്ങളുടെയും ത്യാഗങ്ങളുടെയും തുടർച്ചയായ പ്രവാഹമായിരുന്നു.

ഭാരതീയ സംസ്കാരത്തിലൂന്നിയ ലക്ഷ്യങ്ങൾ സാക്ഷാത്കരിക്കാനുള്ള വഴി നമുക്ക് കാണിച്ചുതരാൻ ബഹുമാന്യനായ ബാപ്പുജി സ്വരാജ്, സ്വദേശി, ശുചിത്വം, സത്യാഗ്രഹം എന്നിവയെ ആയുധമാക്കി. നേതാജി സുഭാഷ് ചന്ദ്രബോസ്, നെഹ്രുജി, സർദാർ പട്ടേൽ, ബാബാസാഹെബ് അംബേദ്കർ, ഭഗത്സിങ്, സുഖ്ദേവ്, രാജ്ഗുരു, ചന്ദ്രശേഖർ ആസാദ് തുടങ്ങിയ എണ്ണമറ്റ വ്യക്തിത്വങ്ങൾ രാജ്യത്തിന്റെ അഭിമാനം പരമപ്രധാനമായി നിലനിർത്താൻ നമ്മെ പഠിപ്പിച്ചിട്ടുണ്ട്. റാണി ലക്ഷ്മീബായ്, റാണി വേലു നാച്ചിയാർ, റാണി ഗൈഡിൻലിയു, റാണി ചെന്നമ്മ തുടങ്ങിയ ഒട്ടേറെ ധീരവനിതകൾ, രാഷ്ട്രത്തെ സംരക്ഷിക്കുന്നതിലും കെട്ടിപ്പടുക്കുന്നതിലും സ്ത്രീശക്തിയുടെ പങ്ക്, പുതിയ തലങ്ങളിൽ എത്തിച്ചിട്ടുണ്ട്.

സന്താൾ പ്രക്ഷോഭവും പൈക പ്രക്ഷോഭവും മുതൽ കൽക്കരി പ്രക്ഷോഭവും ഭിൽ പ്രക്ഷോഭവുംവരെയുള്ള ഈ സമരങ്ങളിലെല്ലാം സ്വാതന്ത്ര്യസമരത്തിലെ ഗോത്രസംഭാവനകൾ പ്രധാനമായിരുന്നു. സാമൂഹിക ഉന്നമനത്തിനും ദേശസ്നേഹത്തിനുമായി 'ധർത്തി ആബ' ശ്രീ ബിർസ മുണ്ടജിയുടെ ത്യാഗത്തിൽനിന്ന് നാം പ്രചോദനം ഉൾക്കൊള്ളുകയുണ്ടായി. രാജ്യത്തുടനീളം നമ്മുടെ സ്വാതന്ത്ര്യ

സമരത്തിലെ ഗോത്രസമൂഹങ്ങളുടെ പങ്ക് അടയാളപ്പെടുത്തുന്ന ഒട്ടേറെ മ്യൂസിയങ്ങൾ നിർമ്മിക്കപ്പെടുന്നതിൽ എനിക്ക് സന്തോഷവും അഭിമാനവുമുണ്ട്.

ഏകഭാരതം ശ്രേഷ്ഠഭാരതം

പാർലമെന്ററി ജനാധിപത്യ രാജ്യമെന്ന നിലയിൽ 75 വർഷത്തിനിടയിൽ, പങ്കാളിത്തത്തിലൂടെയും സമവായത്തിലൂടെയും പുരോഗതി കൈവരിക്കാനുള്ള ദൃഢനിശ്ചയം ഇന്ത്യ മുന്നോട്ടുകൊണ്ടുപോയി. വൈവിധ്യങ്ങൾ നിറഞ്ഞ നമ്മുടെ രാജ്യം ഒട്ടേറെ ഭാഷകൾ, മതങ്ങൾ, വിഭാഗങ്ങൾ, ഭക്ഷണശീലങ്ങൾ, ജീവിതശൈലികൾ, ആചാരങ്ങൾ എന്നിവ സ്വീകരിച്ചുകൊണ്ട് 'ഏകഭാരതം ശ്രേഷ്ഠഭാരതം' എന്നതിന്റെ നിർമാണത്തിൽ ഏർപ്പെട്ടിരിക്കുകയാണ്. നമ്മുടെ സ്വാതന്ത്ര്യത്തിന്റെ 75-ാം വർഷത്തോടെ ആരംഭിക്കുന്ന അമൃതകാലം ഇന്ത്യയെ സംബന്ധിച്ചിടത്തോളം പുതിയ ലക്ഷ്യങ്ങളുടെ കാലഘട്ടമാണ്.

ഇന്ന് എന്റെ രാജ്യം പ്രചോദനം ഉൾക്കൊണ്ട് പുതിയ ചിന്തകളോടെ ഈ പുതിയ കാലഘട്ടത്തെ സ്വാഗതം ചെയ്യാൻ തയ്യാറായി നിൽക്കുന്നത് ഞാൻ കാണുന്നു. ഇന്ന് ഇന്ത്യ എല്ലാ മേഖലയിലും വികസനത്തിന്റെ ഒരു പുതിയ അധ്യായം കൂട്ടിച്ചേർക്കുകയാണ്. കൊറോണ മഹാമാരിയുടെ ആഗോള പ്രതിസന്ധിയെ ചെറുക്കുന്നതിൽ ഇന്ത്യ പ്രകടിപ്പിച്ച കഴിവ് ലോകമെമ്പാടും ഇന്ത്യയുടെ വിശ്വാസ്യത വർദ്ധിപ്പിച്ചു. നാം ഇന്ത്യക്കാർ ഈ ആഗോള വെല്ലുവിളിയെ നമ്മുടെ പ്രയത്നത്തിലൂടെ നേരിട്ടു. മാത്രമല്ല, ലോകത്തിന് പുതിയ മാതൃകകൾ സൃഷ്ടിക്കുകയും ചെയ്തു. കുറച്ചുദിവസങ്ങൾക്കുമുമ്പ്, കോവിഡ് പ്രതിരോധ കുത്തിവെപ്പ് 200 കോടി ഡോസ് നൽകിയതിന്റെ റെക്കോഡ് ഇന്ത്യ സ്ഥാപിച്ചു. ഈ പോരാട്ടത്തിൽ ഇന്ത്യയിലെ ജനങ്ങൾ കാണിച്ച ക്ഷമയും ധൈര്യവും സഹകരണവും ഒരു സമൂഹമെന്ന നിലയിൽ നമ്മുടെ വളരുന്ന ശക്തിയുടെയും സംവേദനക്ഷമതയുടെയും പ്രതീകമാണ്.

ഈ പ്രയാസകരമായ സാഹചര്യങ്ങളിൽ ഇന്ത്യ സ്വയം സംരക്ഷിക്കുക മാത്രമല്ല, ലോകത്തെ സഹായിക്കുകയും ചെയ്തു. കൊറോണ എന്ന മഹാമാരി സൃഷ്ടിച്ച അന്തരീക്ഷത്തിൽ ഇന്ന് ലോകം, ഒരു നവആത്മവിശ്വാസത്തോടെയാണ് ഇന്ത്യയെ കാണുന്നത്. ആഗോള സാമ്പത്തിക സുസ്ഥിരത, തടസ്സമില്ലാത്ത വിതരണശൃംഖല, സമാധാനം എന്നിവ ഉറപ്പാക്കുന്നതിൽ അന്താരാഷ്ട്ര സമൂഹത്തിന് ഇന്ത്യയിൽനിന്ന് വലിയ പ്രതീക്ഷയുണ്ട്. വരുംമാസങ്ങളിൽ ജി-20 ഗ്രൂപ്പിന് ഇന്ത്യ ആതിഥേയത്വം വഹിക്കാൻ പോകുകയാണ്. ഈ ഗ്രൂപ്പിൽ,

ലോകത്തെ ഇരുപത് വലിയ രാജ്യങ്ങൾ ഇന്ത്യയുടെ അധ്യക്ഷത യിൽ ആഗോള പ്രശ്നങ്ങളെക്കുറിച്ച് വിശാലമായ ചർച്ച നടത്തും.

ഇന്ത്യയിലെ ഈ വിശാലമായ ചർച്ചയിൽനിന്ന് ഉരുത്തിരിയുന്ന നിഗമനങ്ങളും നയങ്ങളും വരും ദശകങ്ങളുടെ ദിശ നിർണയിക്കു മെന്ന് എനിക്ക് ഉറപ്പുണ്ട്.

യുവതലമുറയോട്

പതിറ്റാണ്ടുകൾക്കുമുമ്പ്, റായ്രംഗ്പൂരിലെ ശ്രീ അരബിന്ദോ ഇന്റഗ്രൽ സ്കൂളിൽ അധ്യാപികയായി ജോലിചെയ്യാൻ എനിക്ക് അവസരം ലഭിച്ചു. കുറച്ചുദിവസങ്ങൾക്കുശേഷം, നാം ശ്രീ അര ബിന്ദോയുടെ 150-ാം ജന്മവാർഷികം ആചരിക്കും. വിദ്യാഭ്യാസത്തെ ക്കുറിച്ചുള്ള ശ്രീ അരബിന്ദോയുടെ ചിന്തകൾ ഇന്നും എന്നെ പ്രചോ ദിപ്പിക്കുന്നു.

ജനപ്രതിനിധിയായും പിന്നീട് ഗവർണറായും വിവിധ പദവി കളിൽ സേവനമനുഷ്ഠിച്ച എനിക്ക് വിദ്യാഭ്യാസ സ്ഥാപനങ്ങളുമായി സജീവമായ ബന്ധമുണ്ട്. രാജ്യത്തെ യുവാക്കളുടെ ആവേശവും ആത്മവിശ്വാസവും ഞാൻ സൂക്ഷ്മമായി നിരീക്ഷിച്ചു. നമ്മുടെ ആദര ണീയനായ അടൽജി പറയാറുണ്ടായിരുന്നു, രാജ്യത്തെ യുവാക്കൾ പുരോഗമിക്കുമ്പോൾ, അവർ അവരുടെ സ്വന്തം വിധി രൂപപ്പെടു ത്തുക മാത്രമല്ല, രാജ്യത്തിന്റെ ഭാഗധേയം രൂപപ്പെടുത്തുകയും ചെയ്യുന്നു. അത് യാഥാർത്ഥ്യമാകുന്നതിന് ഇന്ന് നാം സാക്ഷ്യം വഹിക്കുന്നു.

'വോക്കൽ ഫോർ ലോക്കൽ' മുതൽ 'ഡിജിറ്റൽ ഇന്ത്യ' വരെ എല്ലാ മേഖലകളിലും മുന്നേറുന്ന ഇന്നത്തെ ഇന്ത്യ, ലോകത്തി നൊപ്പം ഓരോ ചുവടും മുന്നേറുന്നു. നാം 'വ്യാവസായിക വിപ്ലവം 4.0'യ്ക്ക് സജ്ജമാണ്. സ്റ്റാർട്ടപ്പുകളുടെ റെക്കോഡ് സൃഷ്ടിക്കുന്ന തിലും ഒട്ടേറെ കണ്ടുപിടിത്തങ്ങളിലും വിദൂരപ്രദേശങ്ങളിൽ ഡിജിറ്റൽ സാങ്കേതികവിദ്യ സ്വീകരിക്കുന്നതിലും ഇന്ത്യയിലെ യുവാക്കൾക്ക് വലിയ പങ്കുണ്ട്. കഴിഞ്ഞ ഏതാനും വർഷങ്ങളായി, സ്ത്രീശാക്തീ കരണത്തിനായി എടുത്ത തീരുമാനങ്ങളും നയങ്ങളും രാജ്യത്ത് ഒരു പുതിയ ഊർജം പകർന്നിട്ടുണ്ട്. നമ്മുടെ എല്ലാ സഹോദരി മാരും പെൺമക്കളും കൂടുതൽക്കൂടുതൽ ശാക്തീകരിക്കപ്പെടണ മെന്ന് ഞാൻ ആഗ്രഹിക്കുന്നു. അതിലൂടെ രാഷ്ട്രനിർമാണത്തിന്റെ സമസ്ത മേഖലകളിലും അവരുടെ വർധിത സംഭാവനകൾ തുടരും. നിങ്ങളുടെ സ്വന്തം ഭാവി കെട്ടിപ്പടുക്കുക മാത്രമല്ല, ഭാവിഭാരതത്തിന് അടിത്തറ പാകുകകൂടിയാണ് നിങ്ങൾ ചെയ്യുന്നതെന്ന് നമ്മുടെ രാജ്യത്തെ യുവജനങ്ങളോട് പറയാൻ ഞാൻ ആഗ്രഹിക്കുന്നു.

രാഷ്ട്രപതി എന്നനിലയിൽ, എപ്പോഴും നിങ്ങൾക്ക് എന്റെ പൂർണ സഹകരണം വാഗ്ദാനം ചെയ്യുന്നു.

പ്രകൃതിയോടിണങ്ങി ജീവിക്കാം

വളർച്ചയും പുരോഗതിയും അർഥമാക്കുന്നത് അനുപദം മുന്നോട്ട് ഗമിക്കുക എന്നതാണ്. എന്നാൽ, അതുപോലെ പ്രധാനമാണ് ഒരാളുടെ ഭൂതകാലത്തെക്കുറിച്ചുള്ള അവബോധവും എന്നറിയണം. സുസ്ഥിര ഗ്രഹത്തെക്കുറിച്ച് ലോകമിന്ന് വാചാലമാകുമ്പോൾ, ഇന്ത്യയുടെ പുരാതന പാരമ്പര്യങ്ങളുടെയും സുസ്ഥിര ജീവിതശൈലിയുടെയും പ്രാധാന്യം കൂടുതൽ വെളിവാകുന്നു. ആയിരക്കണക്കിന് വർഷങ്ങളായി പ്രകൃതിയോട് ഇണങ്ങിജീവിക്കുന്ന ആ ഗോത്ര പാരമ്പര്യത്തിലാണ് ഞാൻ ജനിച്ചത്.

എന്റെ ജീവിതത്തിലുടനീളം വനങ്ങളുടെയും ജലാശയങ്ങളുടെയും പ്രാധാന്യം ഞാൻ തിരിച്ചറിഞ്ഞു. നാം പ്രകൃതിയിൽനിന്ന് ആവശ്യമായവ സ്വീകരിക്കുകുയും തുല്യ ബഹുമാനത്തോടെ പ്രകൃതിയെ സേവിക്കുകയും വേണം. ഈ സംവേദനക്ഷമത ഇന്ന് ആഗോള അനിവാര്യതയായി മാറിയിരിക്കുന്നു. പരിസ്ഥിതിസംരക്ഷണരംഗത്ത് ഇന്ത്യ ലോകത്തിന് മാർഗദർശനമേകുന്നതിൽ എനിക്ക് സന്തോഷമുണ്ട്.

മഹതികളെ മാന്യന്മാരെ,

എന്റെ ഇതുവരെയുള്ള ജീവിതത്തിൽ, ജനസേവനത്തിലൂടെ മാത്രമാണ് ഞാൻ ജീവിതത്തിന്റെ അർത്ഥം തിരിച്ചറിഞ്ഞത്.

ശ്രീ ജഗന്നാഥ ക്ഷേത്രത്തിലെ പ്രശസ്ത കവിയായ ഭീം ഭോയ് ജിയുടെ കവിതയിൽ നിന്ന് ഒരു വരിയുണ്ട്.

'മോ ജീബൻ പച്ചേ നർകേ പാഡി തൗ, ജഗതോ ഉദ്ദർ ഹെയു.'

അതായത്, ലോകത്തിന്റെ ക്ഷേമത്തിനായി പ്രവർത്തിക്കുന്നത് സ്വന്തം താൽപ്പര്യങ്ങളേക്കാൾ വളരെ വലുതാണ്.

ലോകത്തിന്റെ ക്ഷേമത്തിന്റെ ഈ ചൈതന്യത്തോടെ, നിങ്ങൾ എല്ലാവരും എന്നിൽ അർപ്പിച്ചിരിക്കുന്ന വിശ്വാസത്തിൽ ജീവിക്കാൻ പൂർണ്ണമായ അർപ്പണബോധത്തോടെയും പ്രവർത്തിക്കാൻ ഞാൻ എപ്പോഴും തയ്യാറായിരിക്കും.

മഹത്വപൂർണ്ണവും സ്വാശ്രയവുമായ ഒരു ഇന്ത്യയെ കെട്ടിപ്പടുക്കാൻ നമുക്കെല്ലാവർക്കും ഒന്നിച്ച് കടമയുടെ പാതയിൽ സമർപ്പണമനോഭാവത്തോടെ മുന്നേറാം.

പ്രതീക്ഷയോടെ

ഇതുവരെയുണ്ടായ 15 രാഷ്ട്രപതിമാരിൽ പ്രായംകൊണ്ട് ഏറ്റവും ഇളയ ആളാണ് ദ്രൗപദി മുർമു. ദ്രൗപദി മുർമു വരെയുണ്ടായതിൽ ഏറ്റവും പ്രായം കുറഞ്ഞയാൾ നീലം സഞ്ജീവ റെഡ്ഡിയായിരുന്നു. 1913 മെയ് 19ന് ജനിച്ച അദ്ദേഹം രാഷ്ട്രപതിയായി 1977 ജൂലൈ 25ന് ചുമതലയേറ്റപ്പോൾ 64 വയസ്സും 2 മാസവും 6 ദിവസവുമായിരുന്നു പ്രായം. 1958 ജൂൺ 20ന് ജനിച്ച ദ്രൗപദി 2022 ജൂലൈ 25ന് ചുമതലയേൽക്കുമ്പോൾ 64 വയസ്സും ഒരു മാസവും 5 ദിവസവും പ്രായമുണ്ട്. അങ്ങനെ ഏറ്റവും പ്രായം കുറഞ്ഞ രാഷ്ട്രപതിയായി ദ്രൗപദി മുർമു ഇന്ത്യാചരിത്രത്തിൽ ഇടംപിടിച്ചു.

രാഷ്ട്രപതിയാകാനുള്ള കുറഞ്ഞ പ്രായം 35 വയസാണെങ്കിലും 15 രാഷ്ട്രപതിമാരിൽ 10 പേരും 70 വയസ് കടന്നതിനു ശേഷമാണ്

ദ്രൗപദി മുർമു സൈനികരുടെ ഗാർഡ് ഓഫ് ഓണർ സ്വീകരിക്കുന്നു.

സ്ഥാനമേറ്റത്. ദ്രൗപദി മുർമുവിനെ സംബന്ധിച്ച് ഏറ്റവും ചുരുങ്ങിയ രാഷ്ട്രീയ ജീവിതത്തിലൂടെയാണ് അവർ ഈ പ്രഥമപദത്തിലെത്തിയത് എന്ന പ്രത്യേകത കൂടിയുണ്ട്.

1979 മുതൽ 1983 വരെ ഒഡിഷ സർക്കാരിൽ ജലസേചനത്തിലും വൈദ്യുതിവകുപ്പിലും ജൂനിയർ അസിസ്റ്റന്റായി സേവനമനുഷ്ഠിച്ച ദ്രൗപദി 1994ൽ പഹാഡ്പൂരിലെ സ്വന്തം കുടുംബത്തെ നോക്കാനായി ജോലി ഉപേക്ഷിച്ചു. പിന്നീട് 1994 മുതൽ 1997 വരെ ശ്രീ. അരബിന്ദോ ഇന്റഗ്രൽ എജുക്കേഷൻ സെന്ററിലെ അധ്യാപികയായിരുന്നു.

1997ലാണ് രാഷ്ട്രീയ ജീവിതം ആരംഭിക്കുന്നത്.

1997 – കൗൺസിലറായി വിജയിക്കുകയും റായ്രംഗ്പൂർ വൈസ് ചെയർപേഴ്സൺ ആകുകയും ചെയ്തു. (1997–സംസ്ഥാന വൈസ് പ്രസിഡണ്ട് എസ്.ടി മോർച്ച)

2000 – എം.എൽ.എയും മന്ത്രിയും (ഫിഷറീസ് മൃഗസംരക്ഷണ വകുപ്പ്)

2004 – ഒഡിഷയിലെ റായ്രംഗ്പൂർ ലെജിസ്ലേറ്റീവ് അസംബ്ലി അംഗം – (2002 – 2009. (ദേശീയ എക്സിക്യുട്ടീവ് അംഗം മോർച്ച ബി.ജെ.പി.)

2006–2009 – സംസ്ഥാന പ്രസിഡണ്ട് മോർച്ച, ബി.ജെ.പി.

2007 – ഒഡിഷ ലെജിസ്ലേറ്റീവ് അസംബ്ലിയിലെ മികച്ച എം.എൽ.എയ്ക്കുള്ള നീലകാന്ത അവാർഡ് 2007ൽ ലഭിച്ചു.

2010 – ജില്ലാ പ്രസിഡണ്ട് മയൂർഭഞ്ച് (ഈസ്റ്റ്) ബി.ജെ.പി

2013 – വീണ്ടും ജില്ലാ പ്രസിഡണ്ടായി തെരഞ്ഞെടുക്കപ്പെട്ടു 2015 ഏപ്രിൽ 10 വരെ.

2013 – ദേശീയ എക്സിക്യുട്ടീവ് അംഗം എസ്.ടി. മോർച്ച

2015 – 2021 ജാർഖണ്ഡ് സംസ്ഥാന ഗവർണർ

2022 – റിപ്പബ്ലിക് ഓഫ് ഇന്ത്യയുടെ 15–ാമത് പ്രസിഡണ്ട്

രാജ്യം ഏറെ പ്രതീക്ഷയോടെയാണ് കാത്തിരിക്കുന്നത്. ദ്രൗപദി മുർമു ഇനി ഒരുപേരല്ല; ലോകരാജ്യങ്ങൾക്കിടയിൽ ഇന്ത്യൻ ജനാധിപത്യത്തിന്റെ ശക്തി വെളിവാക്കുന്ന ഒരു പ്രതീകമാണ്. ലോകം മുഴുവൻ ഇന്ത്യയുടെ പ്രിയപുത്രിയുടെ വാക്കുകൾക്കായി ചെവിയോർക്കുകയാണ്. ഏത് ദുരന്തത്തിലും തളരാതെ നേട്ടങ്ങളിൽ അതിയായി സന്തോഷിക്കാതെ സാധാരണക്കാർക്കായി ഉഴിഞ്ഞുവെച്ച ആ ജീവിതയാത്ര രാഷ്ട്രപതിഭവനിൽ ചെന്നെത്തുമ്പോൾ

ഇന്ത്യയിലെതന്നെ അഭിമാനനിമിഷമായി അത് മാറുകയാണ്. ‘‘പാവപ്പെട്ടവരെയും പാർശ്വവത്ക്കരിക്കപ്പെട്ടവരെയും ശാക്തീകരിക്കാനും സമൂഹത്തെ സേവിക്കാനും ജീവിതം ഉഴിഞ്ഞുവെച്ച വനിതയാണ് ദ്രൗപദി മുർമു. അവർക്ക് ഭരണപരിചയവും ഗവർണർ പദവിയിലുള്ള പരിചയമുണ്ട്. നമ്മുടെ രാഷ്ട്രത്തിന്റെ മികച്ച പ്രസിഡണ്ടായിരിക്കും അവർ എന്ന് എനിക്ക് ആത്മവിശ്വാസമുണ്ട്’’ എന്ന പ്രധാനമന്ത്രി നരേന്ദ്രമോദിയുടെ വാക്കുകൾ സത്യമായി ഭവിക്കട്ടെ. ഭരണഘടനയുടെ വെളിച്ചത്തിൽ കടമകൾ അങ്ങേയറ്റം ആത്മാർത്ഥതയോടെ നിർവഹിക്കാൻ, നിർണായക മുഹൂർത്തങ്ങളിൽ അവസരത്തിനൊത്തുയർന്നു പ്രവർത്തിക്കാൻ പതിനഞ്ചാം രാഷ്ട്രപതിക്ക് കഴിയട്ടെ.

അനുബന്ധം

രാഷ്ടപതിമാർ ഇതുവരെ

ഡോ. ബാബു രാജേന്ദ്ര പ്രസാദ്

ഇക്കണോമിക്സിൽ എം.എ. നിയമത്തിൽ പി.ജി. കോളജ് അധ്യാപകൻ, അഭിഭാഷകൻ. ഇന്ത്യൻ റിപ്പബ്ലിക്കിന്റെ പ്രഥമ രാഷ്ട്രപതി. 1884 ഡിസംബർ 3ന് ബീഹാറിലെ സെരാദെയ്ൽ ജനിച്ചു. ഇന്ത്യൻ നാഷണൽ കോൺഗ്രസിലൂടെയാണ് രാഷ്ട്രീയ രംഗത്ത് എത്തുന്നത്. 1962ൽ അദ്ദേഹത്തിന് ഭാരത രത്ന പുരസ്കാരം ലഭിച്ചു. 'ഇന്ത്യ ഡിവൈഡഡ്' എന്ന പുസ്തകത്തിന്റെ രചയിതാവാണ്. ജീവിതപങ്കാളി രാജവംശി ദേവി. മരണം 1963 ഫെബ്രുവരി 26.

ഡോ. എസ്. രാധാകൃഷ്ണൻ

പഠിച്ചതു ഫിലോസഫി. ചെന്നൈ പ്രസിഡൻസി കോളജ്, കൊൽക്കത്ത കോളജ്, ഓക്സ്ഫഡ് എന്നിവിടങ്ങളിൽ അധ്യാപകൻ. ഇന്ത്യയുടെ രണ്ടാമത്തെ രാഷ്ട്രപതി. 1888 സെപ്റ്റംബർ അഞ്ചിന് ചെന്നെയിലെ തിരുത്തണിയിൽ ജനിച്ചു. ഭാരതീയ തത്ത്വചിന്ത പാശ്ചാത്യർക്കു പരിചയപ്പെടുത്തുന്നതിൽ ശ്രദ്ധേയമായ പങ്കുവഹിച്ചു. രാഷ്ട്രീയ നേതൃനിരയിലെ അപൂർവ ചിന്തകൻ. ഇദ്ദേഹത്തിന്റെ ജന്മദിനം അധ്യാപകദിനമായി ആചരിക്കുന്നു. ജീവിതപങ്കാളി ശിവകാമു. അഞ്ചു പെൺകുട്ടികളും ഒരു ആൺകുട്ടിയുമുണ്ടായിരുന്നു. 1975 ഏപ്രിൽ 17ന് ചെന്നൈയിൽ വെച്ച് അന്തരിച്ചു.

സാക്കിർ ഹുസൈൻ

ബർലിൻ സർവകലാശാലയിൽനിന്ന് ഇക്കണോമിക്സിൽ ഡോക്ടറേറ്റ്. 29-ാം വയസ്സിൽ ജാമിയ സർവകലാശാല വൈസ് ചാൻസലറായി.

പിന്നീട് അലിഗഡ് മുസ്ലിം സർവകലാശാലയുടെയും വി.സി. 1897 ഫെബ്രുവരി 8ന് ഹൈദരാബാദിൽ ജനിച്ചു. ഇന്ത്യയിലെ ആദ്യ മുസ്ലിം രാഷ്ട്രപതി. ഏറ്റവും കൂടുതൽ പേർ മത്സരിച്ചപ്പോൾ രാഷ്ട്രപതിയായ വ്യക്തി. 29-ാം വയസ്സിൽ ജാമി അ മില്ലിയ ഇസ്‌ലാമിയ യൂണിവേഴ്സിറ്റിയുടെ വൈസ് ചാൻസലർ ആകുകയും പിന്നീട് അലിഗഡ് മുസ്ലിം യൂണിവേഴ്സിറ്റിയുടെ വൈസ് ചാൻസലറാകുകയും ചെയ്തു. 1967ൽ ഇന്ത്യൻ രാഷ്ട്രപതിയായി. 1963ൽ ഭാരതരത്നം ലഭിച്ചു. ജീവിത പങ്കാളി ഷാജഹാൻ ബീഗം. 1969 മെയ് 3ന് അന്തരിച്ചു.

വി.വി. ഗിരി

അയർലൻഡിലെ ഡബ്ലിൻ സർവകലാശാലയിൽ നിയമപഠനം. മദ്രാസ് ഹൈക്കോടതിയിൽ അഭിഭാഷകൻ. വരാഹഗിരി വെങ്കിട്ടഗിരി എന്ന വി.വി. ഗിരി 1894 ആഗസ്റ്റ് 10ന് ഒഡിഷയിൽ ജനിച്ചു. ഇന്ത്യയുടെ നാലാമത്തെ രാഷ്ട്രപതി. സ്വാതന്ത്ര്യ സമര സേനാനി, തൊഴിലാളി പ്രസ്ഥാനങ്ങളുടെ നേതാവ് എന്ന നിലയിൽ വളർന്ന് രാജ്യത്തിന്റെ പരമോന്നത പദവിയിലെത്തിയ വി.വി. ഗിരി 1960–65 കാലഘട്ടത്തിൽ കേരളഗവർണറായിരുന്നു. മികച്ച എഴുത്തുകാരനും പ്രസംഗകനുമായിരുന്നു. 'ജോബ് ഫോർ മില്ല്യൻസ്' എന്ന പുസ്തകം രചിച്ചു. 1975ൽ രാഷ്ട്രം ഭരതരത്നം നൽകി ആദരിച്ചു. 1980 ജൂൺ 24ന് അന്തരിച്ചു.

ഫക്രുദ്ദീൻ അലി അഹ്മദ്

ഇംഗ്ലണ്ടിൽനിന്നു നിയമബിരുദം അഭിഭാഷകൻ, അഡ്വക്കേറ്റ് ജനറൽ, അസം മന്ത്രി. 1905 മെയ് 13ന് ഡൽഹിയിൽ ജനിച്ചു. ഡൽഹിയിലെ സെന്റ് സ്റ്റീഫൻസ് കോളേജ്, സെന്റ് കാതറീൻ കോളേജ് കാംബ്രിഡ്ജ് സർവകലാശാല എന്നിവിടങ്ങളിൽ വിദ്യാഭ്യാസം. കോൺഗ്രസ് പ്രവർത്തകനായിരുന്നു. ഇന്ത്യയുടെ അഞ്ചാമത്തെ രാഷ്ട്രപതിയായി 1974ൽ തെരഞ്ഞെടുക്കപ്പെട്ടു. ഇന്ദിരാഗാന്ധി പ്രധാനമന്ത്രിയായിരിക്കെ 1975 ജൂൺ 26ന് ഫക്രുദ്ദീൻ അലി അഹ്മദാണ് ഇന്ത്യയിൽ അടിയന്തരാവസ്ഥ പ്രഖ്യാപിച്ചത്. രാഷ്ട്രപതിയാവുന്നതിനു മുമ്പ് കേന്ദ്രമന്ത്രിയായിരുന്നു. രാഷ്ട്രപതി പദവിയിലിരിക്കുമ്പോൾത്തന്നെ 1977ൽ അന്തരിച്ചു.

നീലം സഞ്ജീവ റെഡ്ഡി

മദ്രാസ് സർവകലാശാലയിൽനിന്നു ബിരുദം. രാജ്യത്ത് എതിരില്ലാതെ തിരഞ്ഞെടുക്കപ്പെട്ട ആദ്യ രാഷ്ട്രപതിയാണ് നീലം സഞ്ജീവറെഡ്ഡി. 1977 ജൂലൈ 21ന് നടന്ന തിരഞ്ഞെടുപ്പിലാണ് രാഷ്ട്ര പതിയായത്. ആന്ധ്രയിലെ അനന്ത്പൂർ ജില്ലയിലെ ഉല്ലൂരിലാണ് ജനനം. രാഷ്ട്രപതിയാകുമ്പോൾ വയസ് 64. ഈ പദവിയിലെത്തുന്ന ഏറ്റവും പ്രായം കുറഞ്ഞ വ്യക്തിയായിരുന്നു അന്ന്. 1958ൽ തിരുപ്പതിയിലെ ശ്രീ. വെങ്കിടേശ്വര സർവ്വകലാശാല നിയമത്തിൽ ഓണററി ഡോക്ടറേറ്റ് നൽകി. ഫക്രുദ്ദീൻ അലി അഹ്മദിന്റെ മര ണത്തെ തുടർന്ന് നടന്ന തെരഞ്ഞെടുപ്പിലാണ് രാഷ്ട്രപതിയായത്. 1982ൽ കാലാവധി അവസാനിച്ചു. 1996 ജൂൺ 1ന് അന്തരിച്ചു.

ഗ്യാനി സെയിൽസിംഗ്

അമൃത്സർ ഷഹീദ് സിഖ് മിഷനറി കോള ജിൽ പഠനം. ഇന്ത്യയുടെ ഏഴാമത് രാഷ്ട്രപതി യാണ് ഗ്യാനി സെയിൽസിങ്ങ്. സിഖുകാരനായ ആദ്യരാഷ്ട്രപതി. പഞ്ചാബിലെ ഫരീദ് കോട്ടിലെ സന്താവനിൽ 1916 മെയ് അഞ്ചിനാണ് ജനനം. കോൺഗ്രസിൽ പ്രവർത്തിച്ച ഇദ്ദേഹം ദേശീയ സ്വാതന്ത്ര്യസമരത്തിന്റെ ഭാഗമായി മാറി. യഥാർത്ഥ പേര് ജർണിയിൽസിങ്ങ് എന്നാണ്. 1982ൽ രാഷ്ട്രപതി തെരഞ്ഞെ ടുപ്പിൽ മുൻ സുപ്രീംകോടതി ചീഫ് ജസ്റ്റിസ് ജഡ്ജി ഹൻസ്രാജ് ഖന്നയെ തോൽപിച്ചാണ് രാഷ്ട്രപതിയായത്. ഇദ്ദേഹത്തിന്റെ കാല ഘട്ടത്തിലാണ് ഇന്ദിരാഗാന്ധിയുടെ വധം നടന്നത്. (1984 ഒക്ടോബർ 31). 'ഓർമക്കുറിപ്പുകൾ' എന്ന പുസ്തകം രചിച്ചിട്ടുണ്ട്. 1994 ഡിസം ബർ 25ന് സെയിൽസിങ്ങ് അന്തരിച്ചു.

ആർ. വെങ്കട്ടരാമൻ

ഇക്കണോമിക്സ്, നിയമം എന്നിവയിൽ ബിരുദം, സുപ്രീം കോടതി അഭിഭാഷകൻ. സ്വതന്ത്ര ഇന്ത്യ യുടെ എട്ടാമത് രാഷ്ട്രപതിയായിരുന്നു ആർ രാമ സ്വാമി വെങ്കട്ടരാമൻ. 1910 ഡിസംബർ 4ന് തമിഴ് നാട്ടിലെ തഞ്ചാവൂർ ജില്ലയിലായിരുന്നു ജനനം. സ്വാതന്ത്ര്യസമരസേനാനി, രാജ്യതന്ത്രജ്ഞൻ, അഭിഭാഷകൻ, ഭരണാധികാരി, ട്രേഡ് യൂണിയൻ

നേതാവ്, പത്രാധിപർ എന്നീ നിലകളിലെല്ലാം പ്രശസ്തനായിരുന്നു. 1987 മുതൽ 1992 വരെ രാഷ്ട്രപതി പദവി അലങ്കരിച്ചു. രാഷ്ട്രപതിയാകുന്നതിനു മുമ്പ് നാല് വർഷം ഉപരാഷ്ട്രപതിയായിരുന്നു. ജസ്റ്റിസ് വി.ആർ. കൃഷ്ണയ്യരെ പരാജയപ്പെടുത്തിയാണ് രാഷ്ട്രപതിയായത്. 2009 ജനുവരി 27ന് ദില്ലിയിൽ വെച്ച് അന്തരിച്ചു.

ഡോ. ശങ്കർദയാൽ ശർമ

ഇംഗ്ലീഷ്, ഹിന്ദി, സംസ്കൃതം, നിയമം എന്നിവയിൽ പി.ജി. കേംബ്രിഡ്ജിൽനിന്നു ഡോക്ടറേറ്റ്. അഭിഭാഷകൻ, അധ്യാപകൻ. മധ്യപ്രദേശിലെ കർഷക കുടുംബത്തിൽ 1918 ആഗസ്റ്റ് 19ന് ജനിച്ച ഡോ. ശങ്കർദയാൽ ശർമ 1992 ജൂലൈ 25നാണ് രാജ്യത്തിന്റെ ഒമ്പതാമത്തെ രാഷ്ട്രപതിയാകുന്നത്. സ്വാതന്ത്ര്യ സമരസേനാനി ഗവേഷകൻ നിയമജ്ഞൻ, രാഷ്ട്രതന്ത്രജ്ഞൻ, പത്രപ്രവർത്തകൻ എന്നീ നിലകളിൽ കഴിവു തെളിയിച്ചു. 1978ൽ കോൺഗ്രസ് പ്രസിഡണ്ട്, ആന്ധ്രപ്രദേശ്, മഹാരാഷ്ട്ര, പഞ്ചാബ് എന്നിവിടങ്ങളിൽ ഗവർണർ. 1987ൽ ഉപരാഷ്ട്രപതി. രാജ്യസഭാ ചെയർമാൻ, കേന്ദ്രമന്ത്രി എന്നീ നിലകളിൽ മികച്ച പ്രകടനം കാഴ്ചവെച്ചു. 'ഹൊറൈസൺ ഓഫ് ഇന്ത്യൻ ഫെഡറേഷൻ' അടക്കം നിരവധി പുസ്തകങ്ങൾ രചിച്ചു. 1999 ഡിസംബർ 26ന് 81-ാം വയസ്സിൽ നിര്യാതനായി.

കെ.ആർ നാരായണൻ

തിരുവിതാംകൂർ സർവകലാശാലയിൽനിന്ന് (ഇന്നത്തെ കേരള സർവകലാശാല) ഒന്നാം റാങ്കോടെ ബി.എ ഓണേഴ്സ്. ലണ്ടൻ സ്കൂൾ ഓഫ് ഇക്കണോമിക്സിൽ ഉപരിപഠനം. ഇന്ത്യൻ വിദേശകാര്യ സർവീസിൽ ജോലി. മലയാളിയായ ആദ്യത്തെ ഉപരാഷ്ട്രപതിയും രാഷ്ട്രപതിയുമാണ് കെ.ആർ. നാരായണൻ. കോച്ചേരിൽ രാമൻ നാരായണൻ എന്നാണ് മുഴുവൻ പേര്. ആദ്യ ദലിത് രാഷ്ട്രപതിയെന്ന വിശേഷണവും ഇദ്ദേഹത്തിനാണ്. 1920 ഒക്ടോബർ 20ന് ഇപ്പോഴത്തെ കോട്ടയം ജില്ലയിലെ ഉഴവൂർ വില്ലേജിൽ ജനിച്ചു. തിരഞ്ഞെടുക്കപ്പെട്ട ഏറ്റവും പ്രായം കൂടിയ രാഷ്ട്രപതിയാണ് ഇദ്ദേഹം. രാഷ്ട്രപതി തെരഞ്ഞെടുപ്പിൽ ഉയർന്ന ഭൂരിപക്ഷം, കൂടുതൽ വോട്ട് എന്നിവയും കെ.ആർ. നാരായണന് സ്വന്തം. ബർമക്കാരിയായ മാടിന്റ് ആണ് ഭാര്യ. പിന്നീട് ഇവർ ഉഷ എന്ന പേര് സ്വീകരിച്ചു. 2005 നവംബർ 9ന് കെ.ആർ. നാരായണൻ അന്തരിച്ചു.

എ.പി.ജെ. അബ്ദുൾ കലാം

മദ്രാസ് ഇൻസ്റ്റിറ്റ്യൂട്ട് ഓഫ് ടെക്നോളജിയിൽ നിന്ന് എയ്റോനോട്ടിക്കൽ എഞ്ചിനീയറിംഗ് ബിരുദം, ഡി.ആർ.ഡി.ഒ, ഐ.എസ്.ആർ.ഒ. എന്നിവ യിലൂടെ ഇന്ത്യയുടെ ബഹിരാകാശ മിസൈൽ ഗവേഷണ പദ്ധതികളിൽ മികവിന്റെ മുദ്ര ചാർത്തി. ശാസ്ത്രരംഗത്തെ പ്രഗത്ഭ വ്യക്തിത്വമാണ് 11-ാമത്തെ രാഷ്ട്രപതിയായ എ.പി.ജെ. അബ്ദുൾകലാം. തമിഴ്നാട്ടിലെ രാമേശ്വരത്ത് 1931 ഒക്ടോബർ 13ന് ജനിച്ച ഇദ്ദേഹ ത്തിന്റെ മുഴുവൻ പേര് അബ്ദുൽ പക്കീർ ജൈനുലാബ്ദീൻ അബ്ദുൾകലാം എന്നാണ്. പത്രവിതരണക്കാരനായി ജീവിതമാരം ഭിച്ച് ശാസ്ത്രപരീക്ഷണങ്ങളിൽ പുതിയ അധ്യായങ്ങൾ രചിച്ച് രാജ്യ ത്തിന്റെ രാഷ്ട്രപതിയായി മാറുകയായിരുന്നു. 'മിസൈൽ മാൻ ഓഫ് ഇന്ത്യ' എന്നറിയപ്പെടുന്ന ഇദ്ദേഹം അണ്ണാ സർവകലാശാലയിൽ പ്രൊഫസറായി ജോലി ചെയ്യവേ 2002 ജൂലൈ 25നാണ് ഇന്ത്യയുടെ പ്രഥമ പൗരനാകുന്നത്. ഇദ്ദേഹത്തിന്റെ ആത്മകഥയായ 'വിംഗ്സ് ഓഫ് ഫയർ', 'അഗ്നിച്ചിറകുകൾ എന്നപേരിൽ മലയാളത്തിൽ പ്രസിദ്ധീകരിച്ചിട്ടുണ്ട്.

പ്രതിഭ ദേവിസിങ്ങ് പാട്ടീൽ

പൊളിറ്റിക്കൽ സയൻസ്, ഇക്കണോമിക്സ് വിഷയങ്ങളിൽ പി.ജി. എം.എൽ.എയായിരിക്കെ നിയമ ബിരുദം നേടി. കോളേജ് പഠനക്കാലത്ത് കായികരംഗത്തും സജീവമായിരുന്നു. ജനനം ഡിസംബർ 19, 1934ൽ നഡ്ഗാവിൽ. ഇന്ത്യയുടെ രാഷ്ട്രപതി സ്ഥാനത്തെത്തുന്ന ആദ്യ വനിത. യുനൈറ്റഡ് പ്രോഗ്രസീവ് അലയൻസ്, ഇടതു മുന്നണി എന്നിവരുടെ രാഷ്ട്രപതി സ്ഥാനാർത്ഥിയായിരുന്നു. അഭി ഭാഷകയായ പ്രതിഭ പാട്ടീൽ രാഷ്ട്രപതി സ്ഥാനത്തെത്തുന്നതിനു മുമ്പ് രാജസ്ഥാൻ ഗവർണറായിരുന്നു. രാജസ്ഥാനിലെ ആദ്യ വനിതാ ഗവർണറും ആണ്. 1986 മുതൽ 1988 വരെ രാജ്യസഭ ഉപാധ്യക്ഷ, 1962 മുതൽ 1985 വരെ മഹാരാഷ്ട്ര നിയമസഭാംഗം, 1991 മുതൽ 1996 വരെ ലോകസഭ അംഗം. ജിവിത പങ്കാളി - ദേവിസിംഗ് രൺസിങ്ങ് ശെഖാവത്ത്.

പ്രണബ് മുഖർജി

ഹിസ്റ്ററി, പൊളിറ്റിക്കൽ സയൻസ് നിയമം എന്നിവയിൽ പി.ജി. മന്ത്രി. 1935 ഡിസംബർ 11ന് ബംഗാളിലെ ബിർഭും ജില്ലയിൽ ജനനം.

കോളേജ് അധ്യാപകനായും പത്രപ്രവർത്തകനായും ജോലി ചെയ്തു. 1957 ജൂലൈ 13ന് സുപ്ര മുഖർജിയെ വിവാഹം ചെയ്തു. 1969 ജൂലൈയിൽ ആദ്യമായി രാജ്യസഭയിൽ. 1995ൽ വിദേശവാണിജ്യ വകുപ്പുകളുടെ മന്ത്രി. 2006ൽ ആദ്യമായി ലോകസഭയിൽ ഒന്നാം യു.പി.എ. സർക്കാറിൽ ആദ്യം പ്രതിരോധമന്ത്രി. പിന്നീട് വിദേശ കാര്യമന്ത്രി. 2008ൽ ധനമന്ത്രി സ്ഥാനത്തേക്ക് വീണ്ടും 2009 മെയ് 26 മുതൽ ലോക്സഭ കക്ഷി നേതാവ്. 2012ൽ രാഷ്ട്രപതി. 2020 ആഗസ്ത് 31ന് അന്തരിച്ചു.

രാംനാഥ് കോവിന്ദ്

കൊമേഴ്സിലും നിയമത്തിലും ബിരുദം. അഭിഭാഷകനായി പ്രവർത്തിച്ചു. 1945 ഒക്ടോബർ 1ന് ജനിച്ചു. ഇന്ത്യയുടെ പതിനാലാമത് രാഷ്ട്രപതിയായി 2017 മുതൽ 2022 വരെ സേവനമനുഷ്ഠിച്ചു. കെ.ആർ. നാരായണനുശേഷം ദളിത് വിഭാഗത്തിൽ നിന്നെത്തുന്ന രണ്ടാമത്തെ രാഷ്ട്രപതിയാണ് ഇദ്ദേഹം. രാഷ്ട്രപതിയാകുന്നതിനു മുമ്പ് ബീഹാറിന്റെ ഗവർണറായിരുന്നു. 1994 മുതൽ 2006 വരെ പാർലമെന്റ് അംഗമായും രാജ്യസഭാംഗമായും സേവനമനുഷ്ഠിച്ചിട്ടുണ്ട്. രാഷ്ട്രീയത്തിൽ പ്രവേശിക്കുന്നതിനു മുമ്പ് 16 വർഷം അഭിഭാഷകനായിരുന്നു. 1993 വരെ ഡൽഹി ഹൈക്കോടതിയിലും സുപ്രീം കോടതിയിലും. സവിതയാണ് ജീവിതപങ്കാളി.

രാഷ്ട്രപതി
ഭരണഘടനയുടെ കാവലാൾ

ഇന്ത്യൻ ഭരണഘടനയും നിയമവും സംരക്ഷിക്കുകയാണ് രാഷ്ട്രപതിയുടെ പ്രാഥമിക കർത്തവ്യം. എല്ലാ ഭരണഘടനാ സ്ഥാപനങ്ങളുടെയും മേധാവിയുമാണ് രാഷ്ട്രപതി.

അധികാരങ്ങൾ

- രാജ്യത്തിന്റെ പ്രഥമ പൗരൻ
- സായുധസേനയുടെ സുപ്രീം കമാൻഡർ.
- പാർലമെന്റിൽ സാമ്പത്തിക ബിൽ അവതരിപ്പിക്കാൻ രാഷ്ട്രപതിയുടെ ശുപാർശ അനിവാര്യം.

- കേന്ദ്രസർക്കാരിന്റെ ഉപദേശപ്രകാരം യുദ്ധം പ്രഖ്യാപിക്കാം.
- എല്ലാ പ്രധാന കരാറുകളും രാഷ്ട്രപതിയുടെ പേരിൽ.
- വധശിക്ഷ, കുറ്റകൃത്യത്തിനുള്ള ശിക്ഷ, സൈനിക കോടതിയുടെ ശിക്ഷ തുടങ്ങിയവ ഇളവു ചെയ്യാനുള്ള അധികാരം (കേന്ദ്രസർക്കാറിന്റെ ശുപാർശയുടെ അടിസ്ഥാനത്തിൽ).
- യുദ്ധം, സായുധ കലാപം, ബാഹ്യ ആക്രമണം തുടങ്ങിയ സാഹചര്യങ്ങളിൽ ഇന്ത്യയിലാകെയോ ഒരു പ്രദേശത്ത് മാത്രമായോ അടിയന്തരാവസ്ഥ പ്രഖ്യാപിക്കാനുള്ള അധികാരം (കേന്ദ്രസർക്കാരിന്റെ രേഖാമൂലമുള്ള അഭ്യർത്ഥന വേണം).
- ഒരു സംസ്ഥാനത്ത് തിരഞ്ഞെടുക്കപ്പെട്ട സർക്കാരിന് ഭരണം നടത്താൻ കഴിയില്ലെന്ന ഗവർണറുടെ റിപ്പോർട്ടിന്റെ അടിസ്ഥാനത്തിൽ രാഷ്ട്രപതി ഭരണം പ്രഖ്യാപിക്കാം.

നിയമനിർമാണ അധികാരങ്ങൾ

- ലോക്സഭയും രാജ്യസഭയും വിളിച്ചുചേർക്കാനും നിശ്ചിതകാലത്തേക്ക് നീട്ടിവെക്കാനുമുള്ള അധികാരം.
- ലോക്സഭ പിരിച്ചുവിടാനുള്ള അധികാരം.
- പൊതുതിരഞ്ഞെടുപ്പിനുശേഷവും പാർലമെന്റ് സമ്മേളനത്തിന്റെ തുടക്കത്തിലും രാഷ്ട്രപതിയുടെ പ്രസംഗം സർക്കാരിന്റെ നയങ്ങളുടെ രൂപരേഖയാണ്.
- പാർലമെന്റ് പാസാക്കുന്ന ബില്ലുകൾ നിയമമാകാൻ രാഷ്ട്രപതിയുടെ അംഗീകാരം വേണം.
- ബിൽ പാർലമെന്റിന്റെ പുനഃപരിശോധനയ്ക്ക് തിരിച്ചയയ്ക്കാം. (പുനഃപരിശോധനയ്ക്ക് ശേഷം, ഭേദഗതികളോടെയോ അല്ലാതെയോ തിരികെ വരുന്ന ബില്ലിൽ ഒപ്പിടാൻ ബാദ്ധ്യസ്ഥൻ).
- പാർലമെന്റ് സമ്മേളിക്കാത്തപ്പോൾ അടിയന്തിര പ്രാധാന്യമുള്ള നിയമങ്ങൾ ഓർഡിനൻസുകളായി ഇറക്കാനുള്ള അധികാരം.
- നിലവിലുള്ള ചീഫ് ജസ്റ്റിസിന്റെ ഉപദേശപ്രകാരം ഇന്ത്യയുടെ ചീഫ് ജസ്റ്റിസിനെയും മറ്റു ജഡ്ജിമാരെയും നിയമിക്കാനും പിരിച്ചുവിടാനുമുള്ള അധികാരം.
- കേന്ദ്രസർക്കാരിന്റെ മുഖ്യനിയമ ഉപദേഷ്ടാവായ അറ്റോർണി ജനറലിനെ നിയമിക്കുന്നത് രാഷ്ട്രപതി.

നിയമന അധികാരങ്ങൾ

- ലോക്സഭയിലെ ഭൂരിപക്ഷ പാർട്ടിയുടെ നേതാവിനെ പ്രധാന മന്ത്രിയായി നിയമിക്കാനുള്ള അധികാരം.
- പ്രധാനമന്ത്രിയുടെ ഉപദേശപ്രകാരം മന്ത്രിമാരെ നിയമിക്കുകയും വകുപ്പുകൾ അനുവദിക്കുകയും ചെയ്യുന്നു.
- ഭരണഘടന ലംഘിച്ച ഗവർണറെ പിരിച്ചുവിടാനുള്ള അധികാരം.
- സാഹിത്യം, കല, ശാസ്ത്രം, സാമൂഹിക സേവന മേഖലകളിൽ പ്രഗത്ഭരായ 12 പേരെ രാജ്യസഭയിലേക്ക് നോമിനേറ്റ് ചെയ്യൽ.

എക്സിക്യൂട്ടീവ് അധികാരങ്ങൾ

- ഭരണഘടനയുടെ ആർട്ടിക്കിൾ 53 അനുസരിച്ച് രാജ്യത്തിന്റെ എക്സിക്യുട്ടീവ് അധികാരം രാഷ്ട്രപതിക്കാണ്.
- പരമാധികാരിയാണെങ്കിലും കേന്ദ്രമന്ത്രിസഭയുടെ ഉപദേശ പ്രകാരമാവും രാഷ്ട്രപതിയുടെ പ്രവൃത്തികൾ. മന്ത്രിസഭയുടെ ഉപദേശത്തിന് വിരുദ്ധമായി ഒന്നും ചെയ്യാനാകില്ല.
- ആർട്ടിക്കിൾ 142 പ്രകാരം സുപ്രീംകോടതിയുടെ ഉത്തരവുകൾ നടപ്പാക്കാനുള്ള ബാധ്യതയും രാഷ്ട്രപതിക്കാണ്.

കാലാവധിക്കുമുമ്പ് സ്ഥാനമൊഴിയുകയാണെങ്കിൽ രാഷ്ട്രപതി രാജിക്കത്ത് സമർപ്പിക്കേണ്ടത് ഉപരാഷ്ട്രപതിക്കാണ്. എന്നാൽ രാഷ്ട്രപതിയെ തൽസ്ഥാനത്തുനിന്നും നീക്കം ചെയ്യാൻ ഭരണഘടനാ അനുഛേദം 61 പ്രകാരമുള്ള നടപടി ക്രമങ്ങൾ പാലിക്കേണ്ടതുണ്ട്. രാഷ്ട്രത്തലവനെന്ന രീതിയിൽ വിപുലമായ അധികാരങ്ങൾ രാഷ്ട്രപതിക്കുണ്ടെങ്കിലും ഇതിൽ പല അധികാരങ്ങളും മന്ത്രിസഭയുടെ ഉപദേശമനുസരിച്ച് മാത്രമേ വിനിയോഗിക്കാൻ സാധിക്കുകയുള്ളൂ.

രാഷ്ട്രപതിഭവൻ അറിയാൻ ചില കാര്യങ്ങൾ

ഇന്ത്യൻ രാഷ്ട്രപതിയുടെ ഔദ്യോഗിക വസതിയാണ് രാഷ്ട്രപതിഭവൻ. ന്യൂഡൽഹിയിലെ റെയ്സിന കുന്നുകളിൽ ആണ് ഇത് സ്ഥിതി ചെയ്യുന്നത്. 1950 വരെ വൈസ്രോയിയുടെ കൊട്ടാരമായിരുന്നതിനാൽ വൈസ്രോയിയുടെ ഭവനം എന്നാണ് ആദ്യം അറിയപ്പെട്ടിരുന്നത്. 1931 ജനുവരി 23ന് ആദ്യ താമസക്കാരനായ ഇർവിൻ പ്രഭു ഇവിടെ താമസം തുടങ്ങി. രാഷ്ട്രത്തലവന്മാരുടെ വസതികളിൽ ഏറ്റവും വലുത് എന്ന സ്ഥാനം ഇപ്പോഴും രാഷ്ട്രപതിഭവനു തന്നെയാണ്.

ഇന്ത്യയുടെ അധികാര കേന്ദ്രമാണ് റെയ്സിന കുന്ന്. ഇന്ത്യാഗേറ്റിൽനിന്ന് ഒഴുകിയെത്തുന്ന രാജ്പഥ് സമ്മേളിക്കുന്ന വിജയ്

രാഷ്ട്രപതിഭവൻ

ചൗക്കിൽനിന്ന് ഉയരത്തിലേക്ക് കയറുന്ന റോഡിനിരുവശത്തും പ്രധാനമന്ത്രിയുടെ ഓഫീസ്, ആഭ്യന്തര മന്ത്രാലയം, പ്രതിരോധ മന്ത്രാലയം, ധനമന്ത്രാലയം തുടങ്ങിയവയുടെ ആസ്ഥാനമായ നോർത്ത് ബ്ലോക്കും സൗത്ത് ബ്ലോക്കും. അതും കടന്ന് നേരെ ചെല്ലുന്നത് രാജകീയ പ്രൗഢിയോടെ നിറഞ്ഞുനിൽക്കുന്ന രാഷ്ട്ര പതിഭവനു മുന്നിലേക്കാണ്.

കൽക്കത്തയിൽ നിന്ന് ഡൽഹിയിലേക്ക് തലസ്ഥാനം മാറ്റാൻ തീരുമാനിച്ചതിനെത്തുടർന്ന് ബ്രിട്ടീഷുകാർ വൈസ്രോയിക്ക് താമസി ക്കാൻ നിർമ്മിച്ച കെട്ടിടമാണ് സ്വാതന്ത്ര്യാനന്തരം രാഷ്ട്രപതിഭവ നായത്. ഡൽഹി നഗരത്തിന്റെ ശിൽപി എന്നറിയപ്പെടുന്ന ബ്രിട്ടീഷു കാരനായ സർ എഡ്വിൻ ലൂട്ടിയൻസിന്റെ ഭാവനയാണ് രാഷ്ട്ര പതിഭവൻ. ഹർബർട്ട് ബേക്കറുമായി ചേർന്നുള്ള അദ്ദേഹത്തിന്റെ രൂപകൽപ്പനയിൽ പിറന്ന ലോകത്തിലെ മികച്ച വാസ്തുശില്പ സമു ച്ചയമാണത്. ബ്രിട്ടീഷ് അധികാരികളുടെ നിർദ്ദേശത്തിന് വഴങ്ങി തദ്ദേശീയ മുഗൾ വാസ്തുശില്പരീതികൾ സമന്വയിപ്പിച്ചാണ് രാഷ്ട്ര പതിഭവൻ പണി കഴിപ്പിച്ചത്.

1912ൽ തുടങ്ങിയ ഇതിന്റെ പണി 1929ലാണ് പൂർത്തിയായത്. 1931 ജനുവരിയിൽ അന്നത്തെ വൈസ്രോയി ഇർവിൻ പ്രഭു രാഷ്ട്ര പതിഭവനിലെ ആദ്യ താമസക്കാരനായി. അതിന്റെ രണ്ടാംദിവസം ഇന്ത്യക്കാരനായ ആദ്യസന്ദർശകൻ അവിടെയെത്തി. സ്വാതന്ത്ര്യ ത്തെക്കുറിച്ചുള്ള ചർച്ചയ്ക്കെത്തിയ മഹാത്മാഗാന്ധിയായിരുന്നു അത്. അവസാനത്തെ വൈസ്രോയി ആയ മൗണ്ട്ബാറ്റണു ശേഷം താമസമാക്കിയ സി. രാജഗോപാലാചാരിയാണ് രാഷ്ട്രപതി ഭവനിൽ താമസിച്ച ആദ്യ ഇന്ത്യക്കാരൻ. സ്വാതന്ത്ര്യം കിട്ടിയതിനുശേഷം 1947 മുതൽ 1950 വരെ സർക്കാർ ഹൗസ് എന്നറിയപ്പെട്ടു. ആദ്യ രാഷ്ട്രപതി ഡോ. രാജേന്ദ്രപ്രസാദിന്റെ കാലത്താണ് രാഷ്ട്രപതി ഭവൻ എന്ന പേര് ലഭിച്ചത്. രാഷ്ട്രപതിഭവന്റെ മധ്യത്തിലുള്ള കൂറ്റൻ താഴികക്കുടത്തിന് താഴെ സ്ഥിതിചെയ്യുന്ന ഹാളിലാണ്. 1947ൽ ആദ്യ പ്രധാനമന്ത്രിയായ ജവഹർലാൽ നെഹ്റുവിന് മൗണ്ട് ബാറ്റൺ പ്രഭു സത്യപ്രതിജ്ഞ ചൊല്ലിക്കൊടുത്തത്.

രാഷ്ട്രപതിഭവനിൽ 340 മുറികളും 2.5 കി.മീ. ഇടനാഴികളും 190 ഏക്കർ പൂന്തോട്ടവും ഉണ്ട്. ഓഡിറ്റോറിയങ്ങൾ, ജീവനക്കാരുടെയും സുരക്ഷാജീവനക്കാരുടെയും ഓഫീസ്, ക്വാർട്ടേർസ് തുടങ്ങിയവ യെല്ലാം ഇതിലുൾപ്പെടുന്നു. വനമേഖല, പാർക്കുകൾ, പൂന്തോട്ടങ്ങൾ, ഫലവൃക്ഷങ്ങൾ, ജലാശയങ്ങൾ തുടങ്ങി ജൈവവൈവിധ്യത്താൽ സമ്പന്നമാണ് പ്രസിഡണ്ട് എസ്റ്റേറ്റിലെ 330 ഏക്കർ ഭൂമി. 111 ഇനം

പക്ഷികളും 160 ഇനങ്ങളിലുള്ള 5000 മരങ്ങളും അപൂർവ്വ പൂച്ചെടികളുംകൊണ്ട് സമ്പന്നമാണ് രാഷ്ട്രപതിഭവൻ.

സാഞ്ചിയിലെ ബുദ്ധ സ്തൂപത്തിൽനിന്ന് പ്രചോദനം ഉൾക്കൊണ്ടുകൊണ്ട് നിർമിച്ച കൂറ്റൻ താഴികക്കുടത്തിനു മുകളിലാണ് ദേശീയ പതാക കെട്ടുന്നത്. കൂറ്റൻ പടവുകൾ കയറിച്ചെല്ലുമ്പോൾ 20 തൂണുകൾ നിരന്നുനിൽക്കുന്ന വരാന്തയുണ്ട്. രാഷ്ട്രപതിയുടെ വസതി, ഓഫീസ്, അശോക ഹാൾ, ദർബാർ ഹാൾ, ഔദ്യോഗിക വിരുന്നുകൾക്കുള്ള ഹാൾ എന്നിവയ്ക്കു പുറമെ മ്യൂസിയവും ഉൾക്കൊള്ളുന്നതാണ് രാഷ്ട്രപതിഭവന്റെ പ്രധാന കെട്ടിടം. പ്രധാനമന്ത്രി, ചീഫ് ജസ്റ്റിസ് തുടങ്ങിയവരുടെ സത്യപ്രതിജ്ഞയും, പത്മാപുരസ്കാരം, സൈനിക മെഡലുകൾ തുടങ്ങിയവ സമ്മാനിക്കുന്ന ചടങ്ങുകളും ദർബാർ ഹാളിലാണ് നടക്കുന്നത്. സാമ്രാജ്യങ്ങളുടെ വീഴ്ചയ്ക്കും വാഴ്ചയ്ക്കും സാക്ഷ്യം വഹിച്ച ഡൽഹിയുടെ തിലകക്കുറി തന്നെയാണ് രാഷ്ട്രപതി ഭവൻ.

രാഷ്ട്രപതിക്ക് ലഭിക്കുന്ന ആനുകൂല്യങ്ങൾ

ലോകത്തിലെ ഏറ്റവും വലിയ ജനാധിപത്യരാജ്യത്തിന്റെ പരമോന്നത പദവിയിലിരിക്കുന്ന രാഷ്ട്രപതിക്ക് ആ പദവിക്ക് ചേരുന്ന ഉന്നതവേതനവും ആനുകൂല്യങ്ങളും ലഭിക്കുന്നുണ്ട്.

ശമ്പളം

അഞ്ചുലക്ഷം രൂപയാണ് രാഷ്ട്രപതിയുടെ പ്രതിമാസ ശമ്പളം. കൂടാതെ മറ്റ് അലവൻസുകളുമുണ്ട്. 2016ലാണ് മുമ്പ് ഒന്നര ലക്ഷമായിരുന്ന ശമ്പളം വർദ്ധിപ്പിച്ച് അഞ്ചുലക്ഷമായി മാറ്റിയത്. ഇന്ത്യൻ രാഷ്ട്രപതിക്ക് ജീവിതകാലം മുഴുവൻ സൗജന്യ മെഡിക്കൽ സൗകര്യങ്ങൾക്ക് അർഹതയുണ്ട്. രാജ്യത്തിനകത്തും പുറത്തും ഏറ്റവും കൂടുതൽ സുരക്ഷ ലഭിക്കുന്ന രാഷ്ട്രപതിയുടെ പാർപ്പിടം ജീവനക്കാർ, ഭക്ഷണം, അതിഥികളുടെ ആതിഥ്യം തുടങ്ങിയ ചെലവുകൾക്കായി കേന്ദ്രസർക്കാർ പ്രതിമാസം രണ്ടേകാൽ കോടിയോളം രൂപ ചെലവാക്കുന്നു.

ഔദ്യോഗിക വസതി

രാഷ്ട്രത്തലവന്മാരുടെ ഔദ്യോഗിക വസതികളിൽ ലോകത്തിലെ ഏറ്റവുംവലിയ രാഷ്ട്രപതിഭവനിലാണ് രാഷ്ട്രപതിയുടെ താമസം. റെയ്സിന കുന്നിൽ സ്ഥിതിചെയ്യുന്ന രാഷ്ട്രപതിഭവൻ 320 ഏക്കറിലായി വ്യാപിച്ചുകിടക്കുന്ന പ്രസിഡൻഷ്യൽ എസ്റ്റേറ്റിന്റെ ഭാഗമാണ്. രാഷ്ട്രപതി ഭവനു പുറമേ ഷിംലയിലുള്ള റിട്രീറ്റ് ബിൽഡിംഗ് രാഷ്ട്രപതിയുടെ വേനൽക്കാല വസതിയായും ഹൈദരാബാദിലെ രാഷ്ട്രപതി നിലയം ശൈത്യകാല വസതിയായും പ്രവർത്തിക്കുന്നു. ഇവയെല്ലാം ബ്രിട്ടീഷ് ഭരണകാലത്തു പണികഴിപ്പിച്ചതാണ്.

വാഹനം

10 കോടിയോളം രൂപ വിലമതിക്കുന്ന മെഴ്സിഡൻസ് ബെൻസ് എസ് 600 പുൾമാൻ ഗാർഡ് കാറാണ് രാഷ്ട്രപതിയുടെ ഔദ്യോഗിക വാഹനം. പ്രത്യേക സുരക്ഷാസംവിധാനങ്ങളുള്ള ഈ വാഹനത്തിന് സ്ഫോടനംവരെ ചെറുക്കാൻ ശേഷിയുണ്ട്. സുരക്ഷാ കാരണങ്ങളാൽ ഈ കാറിന്റെ മുഴുവൻ വിവരങ്ങളും പുറത്തുപറയില്ല. കാറിന്റെ നമ്പർപ്ലേറ്റിന്റെ സ്ഥാനത്ത് അശോകസ്തംഭമാണ്.

വിമാനം

ഇന്ത്യ പുതുതായി വാങ്ങിയ ബോയിങ്ങ് 777 എയർ ഇന്ത്യ വണ്ണിലാണ് രാഷ്ട്രപതിയുടെ ആകാശയാത്രകൾ. രാഷ്ട്രപതിക്കു പുറമേ ഉപരാഷ്ട്രപതിയും പ്രധാനമന്ത്രിയും സഞ്ചരിക്കുന്ന രണ്ട് എയർ ഇന്ത്യ വൺ വിമാനങ്ങൾക്കായി ആകെ 8400 കോടിയാണ് ചെലവ്.

അംഗരക്ഷകൻ

മൂന്നു സായുധസേനകളുടെയും തലവനായ രാഷ്ട്രപതിയുടെ സുരക്ഷാ ചുമതല നിർവഹിക്കുന്നത് പ്രതിരോധ നിരയിൽ ഉന്നത സ്ഥാനത്തുള്ള പ്രസിഡണ്ട്സ് ബോർഡിഗാർഡ് (പി.എസ്.ജി) എന്ന സംഘമാണ്.

രാഷ്ട്രപതിയുടെ ഔദ്യോഗിക വസതിയിൽ റിസപ്ഷൻ ഹാളുകളും അതിഥികൾക്കും ഉദ്യോഗസ്ഥർക്കുമുള്ള മുറികളുമുണ്ട്. രാഷ്ട്രപതിയുടെ പേഴ്സണൽ സ്റ്റാഫിനെക്കൂടാതെ രാഷ്ട്രപതി ഭവന്റെ പരിപാലനത്തിനുള്ള ഉദ്യോഗസ്ഥരടക്കം ഇരുന്നൂറിലധികം മറ്റു ജോലിക്കാരും രാഷ്ട്രപതിക്ക് സഹായികളായി ഉണ്ടാകും.

വിരമിച്ച ശേഷമുള്ള ആനുകൂല്യങ്ങൾ

രാഷ്ട്രപതിയായിരിക്കുമ്പോൾ മാത്രമല്ല കാലാവധി കഴിഞ്ഞ ശേഷവും നിരവധി ആനുകൂല്യങ്ങൾ ലഭിക്കും. ഒന്നര ലക്ഷം രൂപയാണ് നിലവിലെ വിരമിച്ച രാഷ്ട്രപതിയുടെ പെൻഷൻ. പങ്കാളിക്ക് 30,000 രൂപ പ്രതിമാസ സഹായം കിട്ടും. പൂർണമായും ഫർണിഷ് ചെയ്ത സർക്കാർ ബംഗ്ലാവ് താമസത്തിനു കിട്ടും. ഇതിനു വാടക കൊടുക്കേണ്ടതില്ല.

രണ്ട് സൗജന്യ ലാന്റ് ഫോൺ കണക്ഷനുകളും ഇന്റർനെറ്റ് സൗകര്യങ്ങളോടെയുള്ള മൊബൈൽ കണക്ഷനും ലഭിക്കും. കൂടാതെ ഒരു കാറും ഡ്രൈവറും അനുവദിക്കും. ഒരു പ്രൈവറ്റ് സെക്രട്ടറിയടക്കം അഞ്ച് പേഴ്സണൽ സ്റ്റാഫ് അംഗങ്ങളെ ലഭിക്കും. ആജീവനാന്തം ട്രെയിനിലും വിമാനത്തിലും ഒരാൾക്കൊപ്പം സൗജന്യമായി യാത്ര ചെയ്യാം.

ദ്രൗപദി മുർമു ചോദ്യോത്തരങ്ങളിലൂടെ

1. ഇന്ത്യയുടെ 15-ാമത്തെ രാഷ്ട്രപതി.

   ദ്രൗപദി മുർമു

2. ജാർഖണ്ഡിന്റെ ഒന്നാമത്തെ വനിതാഗവർണർ ആരായിരുന്നു?

   ദ്രൗപദി മുർമു

3. അഞ്ചുവർഷക്കാലാവധി പൂർത്തിയാക്കിയ ജാർഖണ്ഡിലെ ആദ്യ ഗവർണർ ആര്?

   ദ്രൗപദി മുർമു

4. ഇന്ത്യയിലെ ആദ്യ ഗോത്രവർഗക്കാരിയായ രാഷ്ട്രപതി?

   ദ്രൗപദി മുർമു

5. ഇന്ത്യയിലെ രണ്ടാമത്തെ വനിതാരാഷ്ട്രപതി?
   ദ്രൗപദി മുർമു
6. ദ്രൗപദി മുർമു ഏത് ഗോത്രവിഭാഗത്തിൽപ്പെടുന്ന വ്യക്തിയാണ്?
   സന്താൾ
7. ദ്രൗപദി മുർമു ജനിച്ചതെപ്പോൾ?
   1958 ജൂൺ 20
9. 2007ൽ ദ്രൗപദി മുർമുവിനെ തേടിയെത്തിയ പുരസ്കാരം?
   മികച്ച എം.എൽ.എക്കുള്ള നീലകാന്ത് പുരസ്കാരം
10. ദ്രൗപദി മുർമുവിന്റെ ജന്മസ്ഥലം?
    ഒഡീഷയിലെ മയൂർഭഞ്ച് ജില്ലയിലെ ഉപർബേഡ ഗ്രാമം.
11. ഏറ്റവും പ്രായം കുറഞ്ഞ ഇന്ത്യൻ രാഷ്ട്രപതി?
    ദ്രൗപദി മുർമു.
12. സ്വതന്ത്ര ഇന്ത്യയിൽ ജനിച്ച ആദ്യ ഇന്ത്യൻ രാഷ്ട്രപതി?
    ദ്രൗപദി മുർമു.
13. ദ്രൗപദി മുർമുവിന്റെ പിതാവിന്റെ പേര്?
    ബിരാഞ്ചി നാരായൺ ടുഡു.
14. 2000ൽ ഒഡീഷയിലെ ഏത് അസംബ്ലി നിയോജക മണ്ഡലത്തിൽനിന്നാണ് ദ്രൗപദി മുർമു വിജയിച്ച് എം.എൽ.എ ആയത്?
    റായ്രംഗ്പൂർ.
15. ദ്രൗപദി മുർമുവിന് സത്യവാചാകം ചൊല്ലിക്കൊടുത്തത് ആര്?
    സുപ്രീംകോടതി ചീഫ് ജസ്റ്റിസ് എൻ.വി. രമണ.

References

1. Thejaswini - Doordarshan Programme.
2. Mathrubhumi Daily
3. Malayala Manorama Daily
4. Madhyamam Daily
5. Kerala Koumudi Daily
6. President Droupadi Murmu (Rai rangpur to Raisina Hills) by Gopal Sharma
7. https : // youtube/a-OHv TPu 3⊘ A
8. https://youtube/To5GNEOIVmw
9. https://youtube/Fiz65CYml RA
10. https://youtube/c SbTve4H jgs
11. Images courtesy Google